ಇನ್ನು ನನಗೆ ಬೇಡ

"Henceforth I Don't Want Any Thing"

Mohan Shenoy

ಮೋಹನ ಶೆಣೈ

Innu nanage beda, a Kannada story on the feelings of an old man as he approaches end of his life.

ಇನ್ನು ನನಗೆ ಬೇಡ ಒಂದು ಸಣ್ಣ ಕಥೆ, ವೃದ್ಧಾಪ್ಯದಲ್ಲಿ ಜೀವನಶೈಲಿಯ ಬದಲಾವಣೆಯ ಅನುಭವದ ವಿಚಾರವಾಗಿ ಅನಿಸಿಕೆಗಳು.

ಲೇಖಕರು : ಡಾ. ಮೋಹನ ಶೆಣ್ಯೈ
Author : Dr. Mohan Shenoy.

© ಹಕ್ಕುಗಳು : ಡಾ. ಮೋಹನ ಶೆಣ್ಯೈ
©Copy Right : Dr. Mohan Shenoy.

Publishers : Adyar Gopal Parivar
Dr. Mohan Shenoy
13/D 5th Cross R. K. Layout,
Padmanabhanagar,
BANGALORE
India 560070.
Phone: +91-80-26797278
Mob: +91-9845855787
www.adyargopal.com

ಮುನ್ನುಡಿ

ನಾನು ಡಾಕ್ಟರ್ ನಾರಾಯಣ ಮೊಗಸಾಲೆಯವರ ಕೃತಿ "ಪ್ರತಿ ಕ್ಷಣವೂ ನಿಮ್ಮದೇ" ಓದಿ ಅದರ ಬಗ್ಗೆ ನನ್ನ ಅನಿಸಿಕೆಗಳನ್ನು ಬರೆಯಲು ಹೊರಟು ಒಂದು ಸಣ್ಣ ಕಥೆಯೇ ಹೊರಬಿತ್ತು. ಇದು ಕೂಡ ಒಂದು ಆಪ್ತಸಂವಾದವೇ ಇರಬಹುದು. ಒಂದು ಕಾಲ್ಪನಿಕ ಕಥೆಯೂ ಇರಬಹುದು. ಈ ಲೇಖನಗಳ ವಿಂಗಡಣೆಗಳಲ್ಲಿ ನಾನು ಪ್ರವೀಣನಲ್ಲ. ಈ ಲೇಖನವು ಯಾವ ಜಾತಿಗೆ ಸೇರುತ್ತದೆಯೋ ನನಗೆ ಗೊತ್ತಿಲ್ಲ. ಇದರಲ್ಲಿ ಬರೆದ ನನ್ನ ವಿಚಾರಗಳು ಎಲ್ಲರಿಗೂ ಸರಿ ಅನಿಸಲಿಕ್ಕಿಲ್ಲ. ಆತ್ಮ, ಪರಮಾತ್ಮ, ಪ್ರಕೃತಿ, ವಿಜ್ಞಾನ, ಕಲೆ, ಕವಿತೆ, ಜನ್ಮ, ಮರಣ ಇತ್ಯಾದಿಗಳು ಎಂದೆಂದಿಗೂ ನಮಗೆ ಸಂಪೂರ್ಣ ತಿಳಿಯದ ವಿಚಾರಗಳು. ಇವುಗಳ ಬಗ್ಗೆ ಅನಾದಿ ಕಾಲದಿಂದ ಬೇರೆ ಬೇರೆ ಲೇಖಕರು ಅವರವರ ವಿಚಾರಗಳನ್ನು ಬರೆದಿಟ್ಟಿದ್ದಾರೆ. ನಾನು ನನ್ನ ವಿಚಾರಗಳನ್ನು ಧೃಢವಾಗಿ ನಂಬಿದ್ದರೂ ಅವುಗಳೇ ಸರಿಯಾದುವುಗಳೆಂದು ಭಾವಿಸಿದ್ದರೂ, ಇನ್ನೊಬ್ಬ ವ್ಯಕ್ತಿಯ ಅಭಿಪ್ರಾಯವು ತಪ್ಪು ಎಂದು ಹೇಳಲಾರೆ.

ನಮ್ಮ ಜೀವನದ ಉದ್ದೇಶ ಏನು? ನಾನು ಈ ಜಗತ್ತಿಗೆ ಒಂದು ಭಾರವೇ? ಅಥವಾ ನನಗಾಗಲೀ ಇತರರಿಗಾಗಲೀ ನನ್ನಿಂದ ಏನಾದರೂ ಪ್ರಯೋಜನವಿದೆಯೇ? ನನ್ನ ಹೆಂಡತಿ ಮಕ್ಕಳಿಗಾದರೂ ನನ್ನಿಂದ ಏನಾದರೂ ಸಹಾಯವಾಯಿತೇ? ನಾನು ಅವರನ್ನು ಚೆನ್ನಾಗಿ ನೋಡಿಕೊಂಡೆನೇ? ನನ್ನ ಬಗ್ಗೆ ಅವರು ಏನು ಹೇಳುತ್ತಾರೆ? ನನ್ನನ್ನು ಅವರೆಲ್ಲಾ ಹೊಗಳುತ್ತಾರೋ ಅಥವಾ ನಿಂದಿಸುತ್ತಾರೋ? ಇತ್ಯಾದಿ ವಿಚಾರಗಳ ಬಗ್ಗೆ ನಾನು ಚಿಂತಿಸುತ್ತಿರುತ್ತೇನೆ.

ನನ್ನ ಜೀವನದಲ್ಲಿ ನಾನು ಎಷ್ಟು ಜನರಿಗೆ ಗೊತ್ತಿದ್ದಾಗಲೀ ಗೊತ್ತಿಲ್ಲದೆಯೇ ಆಗಲೀ ಏನಾದರೂ ತೊಂದರೆ ಕೊಟ್ಟೆನೇ? ಎಷ್ಟು ಜನರನ್ನು ನಾನು ಕಷ್ಟದಲ್ಲಿ ಸಿಲುಕಿಸಿದೆ? ಎಷ್ಟು ಜನರಿಗೆ ನನ್ನಿಂದ ಏನಾದರೂ ಸೇವೆಯಾಗಲೀ, ವಸ್ತುವಾಗಲೀ, ಧನವಾಗಲೀ ದೊರಕಿತು? ಹಿಂದಿನ ವರ್ಷಗಳಲ್ಲಿ ನಾನು ನನ್ನ ವೃತ್ತಿಯನ್ನು, ಪ್ರಾಮಾಣಿಕವಾಗಿ ನಿರ್ವಹಿಸಿದೆನೇ? ನಾನು ನನ್ನ ಸಂಪರ್ಕದಲ್ಲಿ ಬಂದವರಿಗೆ ತಕ್ಕ ಮರ್ಯಾದೆ ಕೊಟ್ಟು ಅವರಿಗೆ ಮನಸ್ಸಿಗಾಗಲೀ ದೇಹಕ್ಕಾಗಲೀ ನೋವಾಗದಂತೆ ನೋಡಿಕೊಂಡೆನೇ? ಅವರ ಇಚ್ಛೆಯಂತೆ ಅವರ ಬಯಕೆಯಂತೆ ಅವರಿಗೆ ಫಲ ದೊರಕಿಸಿ ಕೊಟ್ಟೆನೇ? ಈ ಪ್ರಶ್ನೆಗಳು ನಮ್ಮ ಚಿಂತನೆಗೆ ಒಳಪಡುತ್ತವೆ. ನಮ್ಮ ಮರಣ ಹತ್ತಿರ ಬಂದಾಗ ನಾವು ಹೀಗೆ ಯೋಚಿಸುವುದು ಸ್ವಾಭಾವಿಕ. ಎಲ್ಲರಿಗೂ ಹೀಗೇ ಆಗುತ್ತಿರಬಹುದು. ನಮಸ್ಕಾರಗಳು.

೧೨ ಫೆಬ್ರವರಿ ೨೦೦೯ ಇತಿ
ಬೆಂಗಳೂರು ಡಾ. ಮೋಹನ್ ಶೆಣೈ

ನನ್ನ ಸಮಕಾಲೀನ ಎಲ್ಲಾ ಮಿತ್ರರಿಗೆ ಅರ್ಪಿತ

Table of Contents

ಪರಿವಿಡಿ

ಇನ್ನು ನನಗೆ ಬೇಡ

೧. ಸ್ನೇಹಿತರ ಸಂವಾದ

"ನನಗೆ ಇನ್ನು ಸಾಕು. ನಾನು ಊಟ ಒಂದು ಮಾಡುತ್ತೇನೆ. ಮಲಗುತ್ತೇನೆ. ಬಚ್ಚಲಿಗೆ ಹೋಗುತ್ತೇನೆ. ನಡೆಯುತ್ತೇನೆ. ಓಡುತ್ತೇನೆ. ಹಾಡುತ್ತೇನೆ. ಓದುತ್ತೇನೆ. ಇದೆಲ್ಲಾ ಮಾಡುತ್ತೇನೆ. ಆದರೆ ನನಗೆ ಬೇರೆ ಏನೂ ಬೇಡ." ಎಂದರು ಮಂಜನೂರು ಶ್ರೀನಿವಾಸ ಶೆಣೈ. ಕ್ಷೀಣ ದನಿಯಲ್ಲಿ. ಅವರಿಗೆ ಪ್ರಾಯ ಎಪ್ಪತ್ತೊಂದು ಆಗುತ್ತಾ ಬಂದಿತ್ತು. "ನನಗೆ ಮನಸ್ಸು ಇಲ್ಲ. ನನಗೆ ಇನ್ನೊಂದು ಮಾರ್ಗ ತೋಚುವುದಿಲ್ಲ. ನಾನು ಇನ್ನು ಏನು ಮಾಡಬೇಕಾಗಿದೆ? ನನ್ನ ಮಕ್ಕಳೆಲ್ಲಾ ದೊಡ್ಡವರಾಗಿ ಮದುವೆಯಾಗಿ ಅವರಿಗೆ ಮಕ್ಕಳಾಗಿ ಅವರಷ್ಟಕ್ಕೆ ಜೀವನ ಮಾಡಿಕೊಂಡು ಒಳ್ಳೆಯ ಆದಾಯ ಇದ್ದು ಮನೆ ಕಾರು ಎಲ್ಲಾ ಇದ್ದು ಆರಾಮಾಗಿ ಇದ್ದಾರೆ."

ಇದನ್ನು ಕೇಳಿದ ಕಂತಬೈಲು ನಾರಾಯಣ ಪ್ರಭು ಸ್ವಲ್ಪ ಯೋಚನೆಯಲ್ಲಿ ಬಿದ್ದರು. ತನ್ನ ಸ್ನೇಹಿತನಿಗೆ ಏನಾಗಿದೆ? ಈ ಸನ್ಯಾಸ ಪ್ರವೃತ್ತಿ ಇವನಲ್ಲಿ ಹೇಗೆ ಬೆಳೆಯಿತು?

ಶ್ರೀನಿವಾಸ ಶೆಣೈ ಮತ್ತು ನಾರಾಯಣ ಪ್ರಭು ಆಪ್ತ ಗೆಳೆಯರು. ಪ್ರತಿದಿನ ಒಬ್ಬರು ಇನ್ನೊಬ್ಬರನ್ನು ಭೇಟಿಯಾಗದೇ ಇರುತ್ತಿರಲಿಲ್ಲ. ಒಂದು ವೇಳೆ ಭೇಟಿಯಾಗದಿದ್ದರೆ ಫೋನಿನಲ್ಲಿ ಮಾತಾಡಲೇ ಬೇಕಿತ್ತು. ಶ್ರೀನಿವಾಸನವರ ಹೆಂಡತಿ ಲಕ್ಷ್ಮಿ ಎಲ್ಲಾ ಹೆಂಡಂದಿರಂತೆ ತನ್ನ ವಯೋವೃದ್ಧ ಗಂಡನನ್ನು ಅತೀವವಾಗಿ ಪ್ರೀತಿಸುತ್ತಿದ್ದಳು. ಆದರೆ ಲಕ್ಷ್ಮಿಯವರಿಗೆ ತನ್ನ ಗಂಡನ ಎಲ್ಲಾ ವಿಚಾರಗಳು ಸರಿ ಎನ್ನಿಸುತ್ತಿರಲಿಲ್ಲ. ಮುಖ್ಯವಾಗಿ ತನ್ನ ಗಂಡ ತನ್ನ ಪಿಂಚಣಿಯಿಂದ ಬರುವ ದುಡ್ಡು ಎಲ್ಲಾ ತನಗೆ ಬೇಕಾಗಿಲ್ಲ ಹಾಗಾಗಿ ಅದರಲ್ಲಿ ಸ್ವಲ್ಪ ಪಾಲನ್ನು ದಾನವಾಗಿ ತನ್ನ ಮಂದಿಗೆ ಕೊಡಬೇಕು ಎನ್ನುವುದು ಅವಳಿಗೆ ಹಿಡಿಸುತ್ತಿರಲಿಲ್ಲ. "ದಾನಮಾಡಿ ಏನು ಸಿಗುತ್ತೆ? ನೀವು ಸಹಾಯ ಮಾಡಿದ ಮಂದಿ ನೀವು ಅಸೌಖ್ಯ ಬಿದ್ದರೆ ಎಲ್ಲಾದರೂ ನಿಮಗೆ ಸಹಾಯ ಮಾಡುವರೇ? ಅವರು ನಿಮ್ಮ ಮುಖ ಕೂಡ ನೋಡಲು ಬರಲಾರರು" ಎನ್ನುವಳು.

"ಅದಕ್ಕೆಲ್ಲಾ ನೀನಿದ್ದಿಯಲ್ಲ?" ಎಂದು ಶೆಣೈ ನಗುನಗುತ್ತಾ ಪ್ರತ್ಯುತ್ತರ ಕೊಡುವರು. ಅವರು ಅವರ ಹೆಂಡತಿಯೊಡನೆ ಗಂಭೀರ ಚರ್ಚೆಗೆ ಆಸ್ಪದ ಕೊಡುವುದನ್ನು ನಿಲ್ಲಿಸಿ ಹಲವು ವರ್ಷಗಳಾದುವು. ತನ್ನ ಮುಗ್ಧ ಹೆಂಡತಿಗೆ ಟಿ. ವ್ಹಿ. ನೋಡುವುದು, ಮನೆಕೆಲಸ ನೋಡಿಕೊಳ್ಳುವುದು, ದಿನಪತ್ರಿಕೆಯನ್ನು ಮೊದಲನೇ ಪುಟದಿಂದ ಕೊನೆಯ ಪುಟದವರೆಗೆ ಪ್ರತಿದಿನ ಓದುವುದು, ರುಚಿ ರುಚಿಯಾಗಿ ಅಡುಗೆ ಮಾಡಿ ತನ್ನ ಗಂಡನಿಗೆ ಬಡಿಸುವುದು ಇತ್ಯಾದಿ ಅಲ್ಲದೇ ಬೇರೇನೂ ಅವಳಿಗೆ ಬೇಡ.

ಶೆಣೈಯವರಿಗೆ ಯಾವ ಕಾಯಿಲೆಯೂ ಇಲ್ಲ. ಅವರಿಗೆ ತನ್ನ ದೇಹದ ತೂಕವನ್ನು ಇನ್ನೂ ಸ್ವಲ್ಪ ಕಡಿಮೆ ಮಾಡ ಬೇಕೆಂದು ಮಾತ್ರ ಆಶೆ. ಅವರ ಎತ್ತರ ೫ ಅಡಿ ೩ ಅಂಗುಲ. ದೇಹದ ತೂಕ ೭೧ ಕೇಜಿ. ತನ್ನ ತೂಕವನ್ನು ೬೮ ಕೇಜಿಗಾದರೂ ಇಳಿಸಬೇಕೆಂದು ಅವರಿಗೆ ಎಲ್ಲಿಲ್ಲದ ಹುಮ್ಮಸ್ಸು. ಹಾಲು ಮತ್ತು ಹಾಲಿನ ಪದಾರ್ಥಗಳನ್ನು ಬಿಟ್ಟರೆ ಅವರು ಸಂಪೂರ್ಣ ಸಸ್ಯಾಹಾರಿ. ಮೀನು ಮಾಂಸ ಎಂದೂ ಸೇವಿಸಿದವರಲ್ಲ. ಒಂದೆರಡು ವರ್ಷಗಳಿಂದ ಅವರು ತನ್ನ ಆಹಾರವನ್ನು ತುಂಬಾ ಮಿತಿಯಾಗಿ ಸೇವಿಸುತ್ತಾರೆ. ಮೊದಲು ಬೆಳಗಿನ ಟಿಫಿನ್ ತಗೊಳ್ಳುವುದು ನಿಲ್ಲಿಸಿದರು. ಈಗ ಬೆಳಿಗ್ಗೆ ಬರೇ ಕಾಫಿ. ಮಧ್ಯಾಹ್ನ ಊಟ. ಸಂಜೆಗೆ ಸ್ವಲ್ಪ ಖಾರ ಮಿಕ್ಸರ್, ಬಾಳೆಚಿಪ್ಸ ತೆಗೊಂಡರೆ ತಗೊಂಡರು. ಇಲ್ಲವೇ ಏನೂ ಇಲ್ಲ. ಮತ್ತು ಒಂದು ಕಪ್ ಬಿಸಿ ಬಿಸಿ ಬಾದಾಮಿ ಹಾಲು. ರಾತ್ರೆ ಹಣ್ಣು ಮತ್ತು ಹಾಲು. ಅವರ ಆಹಾರ ಹೀಗೆ ದಿನದಿಂದ ದಿನಕ್ಕೆ ಕಡಿಮೆಯಾಯಿತು. ದೇಹದ ವಜನ್ನು ಕಡಿಮೆ ಆಗಬೇಕಾದರೆ ಆಹಾರದ ನಿಯಂತ್ರಣಕ್ಕಿಂತ ಉತ್ತಮ ಬೇರೆ ಇಲ್ಲ ಎನ್ನುತ್ತಾರೆ ಶೆಣೈ. ನಂತರ ಈಗ ಕೆಲವು ತಿಂಗಳುಗಳಿಂದ ವಾರಕ್ಕೊಮ್ಮೆಯೋ ಎರಡು ವಾರಗಳಿಗೊಮ್ಮೆಯೋ ಮಧ್ಯಾಹ್ನದ ಊಟವನ್ನು ಬಿಟ್ಟು ಬಿಡುತ್ತಾರೆ. ಸಂಜೆಯ ತಿಂಡಿ ಹಾಲು ನಿಲ್ಲಿಸಿದರು. ರಾತ್ರೆ ಊಟಮಾಡುತ್ತಾರೆ. ಪ್ರತಿದಿನ ವ್ಯಾಯಾಮ ಮಾಡುತ್ತಾರೆ. ದಿನಾ ಒಂದು ಪೇಕೆಟ್ ಸಿಗರೇಟು ಸೇದುತ್ತಾರೆ.

"ಪ್ರತಿ ಮನುಷ್ಯನಿಗೆ ಏನಾದರೂ ಒಂದು ಕೆಟ್ಟ ಅಭ್ಯಾಸ ಇರಬೇಕು." ಎನ್ನುತ್ತಾರೆ ಶೆಣೈ. ಅವರಿಗೆ ಕುಡಿಯುವ ಅಭ್ಯಾಸ ಇಲ್ಲ. ಬಿಯರ್ ಸಹ ಆಗುವುದಿಲ್ಲ. ಅವರಿಗೆ ಸ್ವಲ್ಪ ಅನ್ನಕೋಶದ ಆಸಿಡಿಟಿಯ ತೊಂದರೆ ಇರಬೇಕು. ಅಲ್ಲದೇ ಈ ಅನ್ನಕೋಶದ ವಿಕಲ್ಪದಿಂದಾಗಿ ಅವರಿಗೆ ಒಂದು ತರದ ಹೃದ್ರೋಗ ಇದೆ. ಹೊಟ್ಟೆಯಲ್ಲಿ ಕೆಲವು ತರಹದ ಆಹಾರ ಸೇರಿದರೆ ಹೃದಯದ ಬಡಿತ ಹೆಚ್ಚು ಕಡಿಮೆ ಆಗುತ್ತದೆ. ಎದೆಯ ಬಡಿತವು ಕೆಲವು ಬಾರಿ ತಪ್ಪಿಹೋಗುತ್ತದೆ. ವೆಂಟ್ರಿಕ್ಯುಲರ್ ಎಕ್ಸ್ಟ್ರಾಸಿಸ್ಟೋಲಿಗಳು ಕಾಡುತ್ತವೆ. ಇದು ವಿಶೇಷ ಕಾಯಿಲೆಯಲ್ಲ ಅನ್ನುತ್ತಾರೆ ಕೆಲವು ವೈದ್ಯರು. ಹೃದ್ರೋಗ ತಜ್ಞರಿಂದ ಎಲ್ಲಾ ರೀತಿಯ ತಪಾಸಣೆ ಮಾಡಿಕೊಂಡರು. ಯಾವ ಕುಂದೂ ಕಾಣಲಿಲ್ಲ. ಬರೇ ಅನ್ನ ಹಾಲು ತಗೊಂಡರಾದರೆ, ಕಾಫಿ ಟೀ ಕುಡಿಯದಿದ್ದರೆ ಅವರಿಗೆ ಹೃದಯದ ತೊಂದರೆ ಇಲ್ಲ. ಆದರೆ ಬಾಯಿ ರುಚಿ ಎಂಬುದು ಇದೆಯಲ್ಲಾ? ಅವರಿಗೆ ಮೈಸೂರ್‌ಪಾಕು, ಮಿಠಾಯಿ ಲಡ್ಡು ಎಂದರೆ ಪ್ರೀತಿ. ಊಟ ಆದ ಬಳಿಕ ಅವರು ಒಂದೆರಡು ಸಿಹಿ ತಿಂಡಿಗಳನ್ನು ತಿನ್ನುತ್ತಾರೆ. ಅವರಿಗೆ ತೆಂಗಿನಕಾಯಿ ರುಬ್ಬಿ ಮಾಡಿದ ಮಸಾಲೆಯ ಮೇಲೋಗರ ಎಂದರೆ ತುಂಬಾ ಇಷ್ಟ. ಅಲ್ಲದೇ ಎಲ್ಲಾ ಗೌಡ ಸಾರಸ್ವತ ಬ್ರಾಹ್ಮಣರಂತೆ ಬೇಳೆಸಾರು ದಾಳಿತೋವೆ ಬೇಕೇ ಬೇಕು. ಅವರ ಪತ್ನಿ ಇದನ್ನೆಲ್ಲಾ ತಿಳಿದು ತನ್ನ ಅಡಿಗೆಯನ್ನು ಸ್ವಲ್ಪ ಹೆಚ್ಚು ಖಾರವೇ ಮಾಡುತ್ತಾರೆ. ಈ ಖಾರದಿಂದಾಗಿ ಶೆಣೈಯವರಿಗೆ ಅನ್ನಕೋಶದಲ್ಲಿನ ಆಮ್ಲತೆ ಹೆಚ್ಚಾಗುತ್ತಿತ್ತು ಎಂದು ಊಹೆ ಮಾಡಬಹುದು. ಹಾಗೆ ಆದ ಮೇಲೆ ಎಕ್ಸ್ಟ್ರಾಸಿಸ್ಟೋಲಿಗಳು ಕಾಣಿಸುತ್ತಿದ್ದುವು. ಶೆಣೈಯವರು ಪ್ರತಿ ಮೂರು ನಾಲ್ಕು ತಿಂಗಳಿಗೊಮ್ಮೆ ರಕ್ತ ಪರೀಕ್ಷೆ ಮಾಡಿಸಿಕೊಳ್ಳುತ್ತಾರೆ. ಹಿಮೋಗ್ಲೋಬಿನ್ ೧೪-೧೫ ಗ್ರಾಮ್ಸ,

ಬ್ಲಡ್ ಶುಗರ್ (ಫಾಸ್ಟಿಂಗ್) ೭೪–೮೦ ಎಂಜೀ ಇರುತ್ತದೆ. ಕಾಲೆಸ್ಟೆರಾಲ್ ೧೫೦–೧೬೫ ಎಂಜೀ. ಟ್ರೈಗ್ಲಿಸರೈಡ್ ೧೧೦–೧೩೦ ಎಂಜೀ ಇರುತ್ತದೆ. ಬಾಕಿ ಎಲ್ಲಾ ಪಾರಾಮೀಟರ್‌ಗಳು ಸರಿಯಾಗಿರುತ್ತವೆ. ರಕ್ತದ ಒತ್ತಡ ೧೩೫/೭೬ ಮತ್ತು ಪಲ್ಸ್ ೭೨ ಇರುವುದು ಸಾಮಾನ್ಯ. ಅವರ ಹತ್ತಿರ ಮನೆಯಲ್ಲೇ ಸ್ವಂತ ರಿಸ್ಟ್ ಎಂದರೆ ಅಂಗೈಯ ಮೇಲಿನ ವಾಚು ಕಟ್ಟಿಕೊಳ್ಳುವಲ್ಲಿ ಕಟ್ಟಿಕೊಂಡು ಬೇಟರಿಯಿಂದ ನಡೆಯುವ ರಕ್ತದೊತ್ತಡ ಪರೀಕ್ಷೆ ಮಾಡುವ ಸಲಕರಣೆ ಇದೆ. ಅದರಲ್ಲಿ ಬೇಕಾದಾಗ ತನ್ನ ರಕ್ತದೊತ್ತಡವನ್ನು ಪರೀಕ್ಷಿಸುತ್ತಾರೆ. ಹಾಗೇ ನೋಡಿದಾಗ ಅವರ ರಕ್ತದೊತ್ತಡ ೧೪೦ ಸಿಸ್ಟೋಲಿಕ್ ಮತ್ತು ೭೬ ಡೈಯೊಸ್ಟೋಲಿಕ್ ಗಿಂತ ಹೆಚ್ಚು ಯಾವಾಗಲೂ ಆಗಲಿಲ್ಲ. ತುಂಬಾ ಸಲ ಅವುಗಳು ೧೨೫ ಮತ್ತು ೬೫ ರೊಳಗೆ ಇರುತ್ತವೆ.

"ನಿಮಗೆ ಯಾವ ಔಷಧವೂ ಬೇಕಾಗಿಲ್ಲ. ಆದರೂ ನೀವು ಅಟೆನೊಲೋಲ್ ೨೫ ಎಂಜೀ ತಗೊಳ್ಳಿ" ಎಂದು ಶೆಣ್ಯೈ ೫೫ ವರ್ಷ ಪ್ರಾಯದವರಾಗಿದ್ದಾಗ ಒಬ್ಬ ಹೃದಯದ ಡಾಕ್ಟರ್ ಹೇಳಿದ್ದರು ಎಂದು ತನ್ನ ಎಕ್ಸ್ಟ್ರಾಸಿಸ್ಟೋಲಿಗಳಿಗೆ ಮದ್ದು ಎಂದುಕೊಂಡು ದಿನಕ್ಕೊಂದು ಅಟೆನೊಲೋಲ್ ತಗೊಳ್ಳುತ್ತಾರೆ. ಮೊದಲಿನ ೧೦ ವರ್ಷಗಳಲ್ಲಿ ಏನೂ ತಗೊಳ್ಳಲಿಲ್ಲ. ನಂತರ ೫ ವರ್ಷ ದಿನಾ ಒಮ್ಮೆ ೨೫ ಎಂಜೀ ಮತ್ತು ಈಗ ದಿವಸಕ್ಕೆ ಒಮ್ಮೆ ೫೦ ಎಂಜೀ.

ಶ್ರೀನಿವಾಸ ಶೆಣ್ಯೈಯವರಿಗೆ ತನ್ನ ಗೆಳೆಯ ನಾರಾಯಣ ಪ್ರಭು "ನಾಣ್ಣಿ" ಮತ್ತು ನಾರಾಯಣ ಪ್ರಭುಗೆ ಶ್ರೀನಿವಾಸ ಶೆಣ್ಯೈ "ಶಿನ್ನ". ನಾಣ್ಣಿ ಮತ್ತು ಶಿನ್ನ ತಮ್ಮೊಳಗೆ ಎಲ್ಲಾ ವಿಷಯಗಳಲ್ಲಿ ಪರಸ್ಪರ ವಿಚಾರ ವಿನಿಮಯ ಮಾಡುವುದರಲ್ಲಿ ಹಿಂಜರಿಯುತ್ತಿದ್ದಿಲ್ಲ.

ಡಾ. ನಾರಾಯಣ ಪ್ರಭು ಒಬ್ಬ ವೈದ್ಯಕೀಯ ಪ್ರಾಧ್ಯಾಪಕ. ಚೆಂಗಟ್ಟೆ ಆಯುರ್ವೇದ ಮೆಡಿಕಲ್ ಕಾಲೇಜಿನಲ್ಲಿ ಮುವತ್ತಕ್ಕಿಂತಲೂ ಹೆಚ್ಚು ವರ್ಷ ಪ್ರಾಧ್ಯಾಪಕನಾಗಿದ್ದು ಈಗ ನಿವೃತ್ತಿಹೊಂದಿದ ಪ್ರಾಧ್ಯಾಪಕ. ಅವರಿಗೆ ತಮ್ಮದೇ ಆದ ಒಂದು ಕ್ಲಿನಿಕ್ ಕೂಡ ಇದೆ. ಈಗ ಅವರು ಹೆಚ್ಚಾಗಿ ತನ್ನ ಪೇಶಂಟುಗಳನ್ನು ತನ್ನ ಮಗ ಸುರೇಶನಿಗೆ ರಿಫರ್ ಮಾಡುತ್ತಾರೆ. ತನಗೆ ಹೆಚ್ಚು ಓಡಾಡಲು ಆಗುವುದಿಲ್ಲ. ಆಸ್ಪತ್ರೆ ಮತ್ತು ಕ್ಲಿನಿಕ್ ಒಂದಕ್ಕೊಂದು ಹತ್ತಿರವೇ ಇವೆ. ಅರ್ಧ ಕಿಲೋಮೀಟರ್ ಅಂತರದೊಳಗೆ ಇದ್ದರೂ ಅಲ್ಲಿಂದ ಇಲ್ಲಿ ಇಲ್ಲಿಂದ ಅಲ್ಲಿ ಓಡಾಡಲು ಕಷ್ಟ. ನಡಕೊಂಡು ಹೋಗಲು ದೂರ. ಕಾರಿನಲ್ಲಿ ಹೋಗಲು ಹತ್ತಿರ ಎಂಬಂತೆ ಆಗಿತ್ತು. ನಡಿಯುವುದಂತೂ ಅಸಾಧ್ಯ ಏಕೆಂದರೆ ಕಾಲುದಾರಿ ಎಂದರೆ ಫುಟ್‌ಪಾತು ಚೆನ್ನಾಗಿಲ್ಲ. ಫುಟ್‌ಪಾತು ಇದೆ ಆದರೆ ಅದರ ಮೇಲೆ ಆ ರಸ್ತೆಯ ಬದಿಗಿರುವ ಮನೆಯವರ ಕಾರುಗಳು ಅಡ್ಡ ನಿಂತಿರುತ್ತವೆ. ಕೆಲವು ಕಡೆ ಗಾಡಿಯಲ್ಲಿ ಸರಕು ಇಟ್ಟು ಮಾರುವವರು ತಮ್ಮ ಗಾಡಿ–ಅಂಗಡಿಯನ್ನು ಮಂಡಿಸಿರುತ್ತಾರೆ. ಕೆಲವು ಕಡೆ ಫೂಟ್‌ಪಾತು ತಮ್ಮದೇ ಎಂಬಂತೆ ಅಲ್ಲಿಯ ಮನೆಗಳಲ್ಲಿ ವಾಸವಾಗಿರುವ ಜನರು ಫೂಟ್‌ಪಾತಿಗೆ ಅಡ್ಡವಾಗಿ ದಂಡೆ ಕಟ್ಟಿ ಫೂಟ್‌ಪಾತಿನ ಮೇಲೆ ಹೂಗಿಡಗಳ ಪಾಟ್‌ಗಳನ್ನು ಇಟ್ಟು ಪ್ರೈವೇಟ್ ಗಾರ್ಡನ್ ಮಾಡಿಕೊಂಡಿದ್ದಾರೆ. ದಾರಿಹೋಕರು ಫುಟ್‌ಪಾತ್ ಬಿಟ್ಟು ಮಾರ್ಗದಲ್ಲಿಯೇ ನಡೆಯಬೇಕು. ಹಿಂದಿನಿಂದ

ಬರುವ ನಾಳೆ ಎಂದರೆ ಆಗೋಲ್ಲ ಎಂಬಂತೆ ಭಾರೀ ವೇಗದಲ್ಲಿ ವಾಹನಗಳು ಓಡಾಡುತ್ತಾ ಇರುತ್ತವೆ. ಮಾರ್ಗದಲ್ಲಿ ವಿಪರೀತ ಟ್ರಾಫಿಕ್ಕು. ಒಂದು ಬದಿಯಿಂದ ಇನ್ನೊಂದು ಬದಿಗೆ ಕ್ರಾಸ್ ಮಾಡುವುದೆಂದರೆ ಅದೊಂದು ದೊಡ್ಡ ಸಾಹಸವೇ ಸರಿ. ಮಾರ್ಗಗಳನ್ನು ದಾಟಲು ೫ರಿಂದ ೧೦ ನಿಮಿಷಗಳು ಕಾಯಬೇಕಾಗುತ್ತದೆ. ದಾಟುವಾಗಲೂ ಸರ್‍ರನೇ ಎಲ್ಲಿಂದಲೋ ಒಂದು ಮೋಟಾರ್‌ಸೈಕಲ್ಲೋ ತಪ್ಪು ದಿಕ್ಕಿನಲ್ಲಿ ಹೋಗುತ್ತಿರುವ ಕಾರೋ ಮೈಮೇಲೆಯೇ ಬಂದು ಬಿಡುತ್ತದೆ. ಹಾಗಾಗಿ ಈಗ ದೂರ ವಾಕಿಂಗ್‌ಗೆ ಪ್ರಭುಗಳು ಹೋಗುವುದಿಲ್ಲ. ಹತ್ತಿರದ ಪಾರ್ಕಿಗೆ ಹೋಗಿ ಅಲ್ಲಿಯ ಜೋಗ್ಗಿಂಗ್ ಟ್ರ್ಯಾಕ್‌ನಲ್ಲಿ ಎರಡು ಮೂರು ಸುತ್ತು ಸುತ್ತುತ್ತಾರೆ. ಮನೆಯಲ್ಲೂ ಕೂಡ ಜೋಗ್ಗಿಂಗ್ ಮಾಡಲು ಒಂದು ಟ್ರೆಡ್ ಮಿಲ್ ಮಶೀನನ್ನು ಇಟ್ಟುಕೊಂಡಿದ್ದಾರೆ. ಅಲ್ಲದೇ ದಿನಾ ಬೆಳಿಗ್ಗೆ ಅವರೇ ರೂಪಿಸಿಕೊಂಡ ಆಸನಗಳನ್ನು ಮಾಡುತ್ತಾರೆ. ಇದನ್ನು ಬರೇ ೫–೧೦ ನಿಮಿಷಗಳಷ್ಟೇ ಮಾಡುತ್ತಾರೆ. ತುಂಬಾ ದಣಿಯುವಷ್ಟು ಯಾವ ವ್ಯಾಯಾಮವನ್ನೂ ಮಾಡುವುದಿಲ್ಲ. ದಿನಾ ಪ್ರಾಣಾಯಾಮ ಮತ್ತು ಧ್ಯಾನ ಒಂದು ಮಾಡಿಯೇ ಮಾಡುತ್ತಾರೆ.

ನಾರಾಯಣರವರಿಗೆ ಕಾರ್ ಡ್ರಾಯ್ವರ್ ಇಟ್ಟು ಅಭ್ಯಾಸ ಇಲ್ಲ. ಯಾವಾಗಲೂ ಕಾರನ್ನು ತಾನೇ ಡ್ರೈವ್ಹ ಮಾಡುವವರು. ಕಾರು ಪಾರ್ಕ್ ಮಾಡಲು ಆಸ್ಪತ್ರೆಯ ಬಯಲಿನಲ್ಲಿ ಜಾಗ ಮೀಸಲು ಇದ್ದರೂ ಆ ಜಾಗದಲ್ಲಿ ಯಾರಾದರು ತುರ್ತು ಇದ್ದವರು ಕೆಲವೊಮ್ಮೆ ತಮ್ಮ ಕಾರು ಪಾರ್ಕ್ ಮಾಡಿ ಡಾ. ನಾರಾಯಣ ಪ್ರಭುರವರಿಗೆ ತನ್ನ ಕಾರು ಪಾರ್ಕ್ ಮಾಡಲು ಜಾಗ ಇಲ್ಲದಂತೆ ಆಗುತಿತ್ತು.

ಇತ್ತ ಶ್ರೀನಿವಾಸ ಶೆಣೈ ಸರಕಾರೀ ಬೇಂಕ್ ನೌಕರನಾಗಿ ನಿವೃತ್ತನಾಗಿದ್ದರು.

"ಏ ಶಿನ್ನ", ಒಂದು ದಿನ ನಾಣ್ಣ ಒದರಿದ. "ನಿನ್ನ ಪುಸ್ತಕದ ವ್ಯಾಪಾರ ಹೇಗೆ ನಡೆಯುತ್ತದೆಯಪ್ಪಾ? ದಿನಕ್ಕೆ ಹತ್ತು ಪುಸ್ತಕಗಳಾದರೂ ಮಾರಿ ಹೋಗುತ್ತವೆಯೋ?" ಎಂದು ನಾಣ್ಣ ಕೇಳಿದರೆ ಶಿನ್ನ ಆಶ್ಚರ್ಯ ಪಟ್ಟರು. ನಿನ್ನೆ ತಾನೇ ನಾಣ್ಣ ಇದೇ ಪ್ರಶ್ನೆ ಕೇಳಿದ್ದ. ಇವತ್ತು ಪುನಃ ಕೇಳುತ್ತಾನೆ. ಇವನಿಗೆ ಸ್ವಲ್ಪ ಮೆಮರಿಲಾಸ್ ಆಗುತ್ತಾ ಇರಬೇಕು ಎಂದು ಕೊಂಡರು.

ಶ್ರೀನಿವಾಸ ಶೆಣೈ ನಿವೃತ್ತಿ ಪಡೆದ ಮೇಲೆ ಏನಾದರೂ ಸ್ವಲ್ಪ ಹವ್ಯಾಸ ಇರಲಿ ಎಂದು ಪುಸ್ತಕದ ಅಂಗಡಿಯೊಂದನ್ನು ತೆರೆದರು. ಅಂಗಡಿ ಸ್ವಂತದ್ದು. ಓವನರ್‌ಶಿಪ್ ಮೇಲೆ ತಗೊಂಡದ್ದು. ತಿಂಗಳು ತಿಂಗಳು ಬಾಡಿಗೆ ತೆರಬೇಕಾಗಿಲ್ಲ. ಆಸ್ತಿಯ ತೆರಿಗೆಯನ್ನು ಪಾವಿಸಬೇಕು. ಮೇಂಟೆನೇನ್ಸ ಖರ್ಚು ಓವನರ್ ಅಸೋಶಿಯೇಶನ್‌ಗೆ ಕೊಡಬೇಕು.

ಶೆಣೈ ಪ್ರತಿ ದಿನ ಅಂಗಡಿಗೆ ಹೋಗುವುದಿಲ್ಲ. ಅಂಗಡಿಯಲ್ಲಿ ಒಬ್ಬ ಗ್ರಾಜುವೇಟ್ ಹುಡುಗನನ್ನು ಪಾರ್ಟ್‌ನರ್ ಮಾಡಿಕೊಂಡಿದ್ದಾರೆ. ಅವನ ಹೆಸರು ನರಹರಿ. ಅವನಿಗೆ ರೆಮ್ಯುನರೇಶನ್ ತಿಂಗಳಿಗೆ ೨೦೦೦ ರೂಪಾಯಿ ಕೊಡುವಲ್ಲಿಯೇ ಅಂಗಡಿಯ ಲಾಭ ಎಲ್ಲಾ ಹೋಗುತ್ತದೆ. ಅಂಗಡಿಯನ್ನು ಪಾರ್ಟನರ್‌ನೇ ನೋಡಿಕೊಳ್ಳುವುದು.

ಪಾರ್ಟನರೆನೇ ಲೆಕ್ಕ ಇಡುವುದು. ಬೇಂಕಿಗೆ ದುಡ್ಡು ಜಮಾ ಮಾಡುವುದು, ಪುಸ್ತಕಗಳನ್ನು ಖರೀದಿ ಮಾಡುವುದು, ಬಾಡಿಗೆ ಚೆಕ್ ಕೊಡುವುದು, ಬಿಲ್ಲುಗಳನ್ನು ಪಾವತಿಮಾಡುವುದು ಎಲ್ಲಾ ಅವನೇ. ಮಾರಿಹೋದ ಪುಸ್ತಕಗಳ ಕಮಿಶನ್ನು ಕಳೆದು ಉಳಿದದ್ದನ್ನು ಲೇಖಕರಿಗೋ, ಡಿಸ್ಟ್ರಿಬ್ಯೂಟರ್‌ಗಳಿಗೋ, ಪಬ್ಲಿಷರುಗಳಿಗೋ ಕಳುಹಿಸಿಕೊಡುವುದು ಇತ್ಯಾದಿ ಎಲ್ಲಾ ಅವನೇ ಮಾಡುವುದು. ಶೆಣೈಗೆ ಅವುಗಳನ್ನೆಲ್ಲಾ ಏನೂ ಮೋಸ ಇಲ್ಲದೇ ನರಹರಿ ಕಾರ್ಯವೆಸಗುತ್ತಾನೆಂದು ಮನಸ್ಪೂರ್ವಕ ನಂಬಿಕೆ.

ನಾಣ್ಣನ ಪ್ರಶ್ನೆ ಶೆಣೈಗೆ ಹರಟೆ ಎಂದು ಕಂಡಿತು. ಬೇರೆ ಮಾತನಾಡಲು ಅಂಥದ್ದೇನಿದೆ?

"ಚೆನ್ನಾಗಿ ನಡೆಯುತ್ತದೆ ಕಣೋ. ನಿನಗೆ ಗೊತ್ತಿದ್ದಂತೆ ನನ್ನ ಪಾರ್ಟನರು ನನಗೆ ನನ್ನ ರೆಮ್ಯುನರೇಶನ್ನು ಇಂಟರೆಸ್ಟು ಪ್ರತಿ ತಿಂಗಳು ಕಳುಹಿಸಿಕೊಡುತ್ತಾರೆ."

ತನ್ನ ಪಾರ್ಟನರ್ ನರಹರಿ ತನಗೆ ಮೋಸ ಮಾಡುವುದಿಲ್ಲ ಎಂದು ಶೆಣೈ ನಂಬಿದ್ದಾರೆ. ಅವನು ಪ್ರತಿದಿನ ಬೆಳಿಗ್ಗೆ ೧೦ ಗಂಟೆಗೆ ಬಾಗಿಲು ತೆರೆಯುವುದು. ಸಂಜೆ ಏಳು ಗಂಟೆಗೆ ಬಾಗಿಲು ಮುಚ್ಚುವುದು. ಮಧ್ಯಾಹ್ನದ ಊಟಕ್ಕೆ ಅವನ ಹೆಂಡತಿ ಕಟ್ಟಿಕೊಟ್ಟ ಬುತ್ತಿಯ ಊಟ. ಹೀಗೆ ನಡೆದಿತ್ತು. ಟಿಲಿಫೋನ್ ಬಿಲ್ಲು, ಲೈಟ್ ಬಿಲ್ಲು ಎಲ್ಲಾ ಲಾಭದಲ್ಲಿ ಹೋಗುತ್ತದೆ. ಕೈಯಲ್ಲಿ ಸ್ವಲ್ಪ ಉಳಿಯುತ್ತದೆ. ಪಾರ್ಟನರ್‌ನ ಮನೆಯು ಅಂಗಡಿಯಿಂದ ಹೆಚ್ಚು ದೂರ ಇಲ್ಲ. ಅವನ ಹತ್ತಿರ ಒಂದು ಕಾರು ಇದೆ. ಮಾರುತಿ ೮೦೦. ಕೆಂಪು ಬಣ್ಣದ್ದು. ಕಾರಿನ ಪೆಟ್ರೋಲು ಖರ್ಚು, ಸರ್ವಿಸ್ಸು, ಇನ್ಶೂರೆನ್ಸ್ ಪ್ರೀಮಿಯಂ ಇತ್ಯಾದಿ ಎಲ್ಲಾ ಅಂಗಡಿಯ ಲಾಭದಿಂದಲೇ ಆಗುತ್ತದೆ. ಪ್ರತಿದಿನ ಒಂದು ಹೆಂಗಸು ಬಂದು ಕಸಗುಡಿಸಿ ನೆಲ ಒರಸಿ ಹೋಗುತ್ತಾಳೆ. ಅವಳಿಂದ ಟಪ್ಪಾಲು ತಗೊಂಡು ಹೋಗಿ ಡಬ್ಬಿಯಲ್ಲಿ ಹಾಕಿಸುವುದೂ ಮಾಡಿಸುತ್ತಾನೆ. ಅವಳು ಅಂಗಡಿಯ ಕಸವನ್ನು ದೂರ ಮುನಿಸಿಪಾಲಿಟಿ ಕಸದ ಡಬ್ಬಿಯಲ್ಲಿ ಕೂಡ ತಗೊಂಡು ಹೋಗಿ ಹಾಕುತ್ತಾಳೆ. ಅವಳಿಗೆ ಸಂಬಳ ಮೊದಲನೇ ತಾರೀಕು ತಪ್ಪದೇ ಕೊಡುತ್ತಾನೆ ನರಹರಿ.

ಶ್ರೀನಿವಾಸ ಶೆಣೈ ತನ್ನ ಪುಸ್ತಕ ಅಂಗಡಿಯ ವ್ಯಾಪಾರದ ಸಂಸ್ಥೆಯಲ್ಲಿ ದೊಡ್ಡ ಪಾರ್ಟನರ್. ಎಂದರೆ ಶೆಣೈಯಿದ್ದು ಹೆಚ್ಚು ಬಂಡವಾಳ ನಿಧಿ. ನರಹರಿ ಚಿಕ್ಕ ಪಾರ್ಟನರ್. ಅವನದ್ದು ಬಂಡವಾಳ ಅತಿ ಕಡಿಮೆ. ಇವರಿಬ್ಬರೇ ಪಾರ್ಟನರ್. ಇವರದ್ದು ಎರಡು ಜನರ ಒಂದು ಪಾರ್ಟನರ್‌ಶಿಪ್ ಸಂಸ್ಥೆ. ನಾಣ್ಣನಿಗೆ ಶಿನ್ನುವಿನ ಫೈನಾನ್ಸಿಯಲ್ ಪೊಸಿಶನ್ ಬಗ್ಗೆ ಯಾವಾಗಲೂ ಚಿಂತೆ. ಇದನ್ನು ತಿಳಿದ ಶಿನ್ನ ಇನ್ನೂ ಸ್ವಲ್ಪ ವಿವರ ಕೊಟ್ಟ.

"ಪೋಸ್ಟ್ ಆಫೀಸಿನ ಮಂತ್ಲಿ ಇನ್‌ಕಂ ಸ್ಕೀಮ್‌ನಲ್ಲಿ ನಾನು ಇಟ್ಟ ಡಿಪೋಸಿಟ್‌ನಿಂದ ಸಾಕಷ್ಟು ಇಂಟರೆಸ್ಟ್ ಕೂಡ ಬರುತ್ತದೆ." ಶಿನ್ನ ನಿದಾನವಾಗಿ ಕ್ಷೀಣ ದನಿಯಲ್ಲಿ ಹೇಳಿದ. "ಈ ರೀತಿ ಬಂದ ದುಡ್ಡೆಲ್ಲಾ ಖರ್ಚು ಆಗದೇ ಪ್ರತಿ ತಿಂಗಳು ನನ್ನ ಉಳಿತಾಯ ಖಾತೆಯಲ್ಲಿ ಜಮಾ ಆಗುತ್ತಾ ಹೋಗುತ್ತದೆ. ಇದನ್ನೆಲ್ಲಾ ನಾನು ಏನು

ಮಾಡುವುದು? ನಾವು ಮನೆಯಲ್ಲಿ ಇಬ್ಬರೇ ಇರುವುದು ತಾನೇ? ನಮ್ಮ ಖರ್ಚು ಕಡಿಮೆ. ಇವೆಲ್ಲಾ ನನ್ನ ಮಕ್ಕಳಿಗೆ ಬೇಕಾಗಿಲ್ಲ. ಬೇಕು ಎನ್ನುವವಳು ನನ್ನ ಹೆಂಡತಿಮಾತ್ರ. ಅವಳಿಗೆ, ನಾನು ಸಾಕಷ್ಟು ದುಡ್ಡು ಒಟ್ಟುಗೂಡಿಸಿ ಉಳಿಸಬೇಕು ಎಂದೂ, ಮಿಕ್ಕಿದರೆ ನಮ್ಮ ಮಕ್ಕಳಿಗೆ ಬಿಟ್ಟು ಹೋಗಬಹುದೆಂದೂ ನನ್ನನ್ನು ಪೀಡಿಸುತ್ತಾಳೆ."

ನಾಣ್ಣ ಒಬ್ಬ ಪ್ರಸಿದ್ಧ ಬುದ್ಧಿ ಜೀವಿ. ಸರಕಾರಿ ಆಸ್ಪತ್ರೆಯಲ್ಲಿ ಕೆಲಸದಲ್ಲಿದ್ದು ೩೪ ವರ್ಷ ದುಡಿದು ದೊಡ್ಡ ಹುದ್ದೆಯಲ್ಲಿಂದ ನಿವೃತ್ತನಾಗಿದ್ದ. ಅವನ ಜೀವನದಲ್ಲಿ ಯಾವಾಗಲೂ ಅವನಿಗೆ ಸಂತೃಪ್ತಿ ಇತ್ತು. ಈಗಲೂ ಇದೆ ಎನ್ನುತ್ತಾನೆ. ಅವನ ಎಲ್ಲಾ ಸ್ನೇಹಿತರೂ ಅವನನ್ನು ಗೌರವಿಸುತ್ತಿದ್ದರು. ಎಲ್ಲರಿಗೂ ಬೇಕಾದವನು ಅವನಾಗಿದ್ದ. ರಾಜಕೀಯದಲ್ಲಿ ಅವನು ಪಾತ್ರವಹಿಸಲಿಲ್ಲವಾದರೂ ಎಲ್ಲ ಪಕ್ಷದ ಧುರೀಣರು ಅವನ ಸಲಹೆಯನ್ನು ಕೇಳಿ ಮುಂದಿನ ಹೆಜ್ಜೆ ಇಡುತ್ತಿದ್ದರು. ಸಾಂಸಾರಿಕ ಜೀವನದಲ್ಲಿ ಅವನಿಗೆ ಯಾವ ತೊಂದರೆಯೂ ಇರಲಿಲ್ಲ. ಅವನು ತಾನು ಪ್ರೀತಿಸಿದ ಹುಡುಗಿಯನ್ನೇ ಮದುವೆ ಆದ.

ಶ್ರೀನಿವಾಸ ಶೆಣ್ಯೆ ಮತ್ತು ನಾರಾಯಣ ಪ್ರಭುಗಳು ಬರೇ ಮೂರು ವರ್ಷಗಳಿಂದ ಒಬ್ಬರನ್ನೊಬ್ಬರು ಬಲ್ಲರು. ಅವರು ಮನೆಯಿಂದ ವಾಕಿಂಗ್‌ಗೆ ಹೊರಟು ಒಂದು ಸುತ್ತು ಬಂದು ಪಾರ್ಕಿನ ಬೆಂಚಿನ ಮೇಲೆ ಕೂತಲ್ಲೇ, ಒಬ್ಬರನ್ನೊಬ್ಬರು ಪರಿಚಯ ಮಾಡಿಕೊಂಡರು. ದಿನಾ ಬರುವುದರಿಂದ ಪರಿಚಯ ಗಟ್ಟಿಯಾಗಿ ಒಂದು ರೀತಿಯ ಸ್ನೇಹದಲ್ಲಿ ಪರಿವರ್ತಿತವಾಯಿತು. ಮುಖ್ಯವಾಗಿ ಅವರಿಬ್ಬರದ್ದೂ ಒಂದೇ ಮಾತೃಭಾಶೆ. ಅದು ಕೊಂಕಣಿ. ಅವರಿಬ್ಬರೂ ಕೊಂಕಣಿಯಲ್ಲೇ ಮಾತನಾಡುವುದು. ಅವರ ಸಂವಾದವನ್ನು ಇಲ್ಲಿ ಕನ್ನಡದಲ್ಲಿ ಕೊಡಲಾಗಿದೆ. ಸ್ನೇಹದಲ್ಲಿಯೂ ವ್ಯತ್ಯಾಸಗಳಿವೆ ತಾನೇ. ಶಿನ್ನ ಮತ್ತು ನಾಣ್ಣರ ಸ್ನೇಹ ಬರೇ ಸಿನಿಯರ್ ಸಿಟಿಜನ್‌ಗಳ ಸ್ನೇಹ. ಬಾಳಲ್ಲಿ ಎಲ್ಲಾ ತರದ ಅನುಭವಗಳನ್ನು ಹೊಂದಿ ತಮ್ಮದೇ ಆದ ವಿಶಿಷ್ಟ ನಿಲುವುಗಳನ್ನು ಪಡೆದು ಬೆಳೆಸಿದ ವಿವೇಕ ಇರುವ ಎರಡು ಬುದ್ಧಿಜೀವಿಗಳು ಇವರಿಬ್ಬರು ಎಂದರೆ ತಪ್ಪಾಗಲಾರದು. ಪರಿಚಯ ಆಗಿ ಕೆಲವು ವಾರ ಹೋದ ಮೇಲೆ ಇಬ್ಬರೂ ತಮ್ಮ ತಮ್ಮ ಮನೆಯ ಸ್ಥಿತಿಗತಿಗಳನ್ನು ಹಂಚಿಕೊಳ್ಳಲು ಶುರು ಮಾಡಿದರು.

ಹೀಗೆ ಇರುವಾಗ ಒಂದು ದಿನ ಆರು ತಿಂಗಳುಗಳ ಹಿಂದೆ ಇದ್ದಕ್ಕಿದ್ದ ಹಾಗೆ ನಾಣ್ಣ ಪಾರ್ಕಿಗೆ ಬರುವುದು ನಿಲ್ಲಿಸಿದ. ಈ ಆರು ತಿಂಗಳಲ್ಲಿ ಒಂದು ದಿನವೂ ನಾಣ್ಣ ಪಾರ್ಕಿಗೆ ಬಂದಿರಲಿಲ್ಲ. ನಾಣ್ಣನಿಗೆ ಮೊಬೈಲ್‌ನಲ್ಲಿ ಫೋನ್ ಮಾಡಿದರೆ ಅದು ಯಾವಾಗಲೂ ಆಫ್ ಆಗಿರುತ್ತಿತ್ತು. ಶಿನ್ನ ತನ್ನ ಹೆಂಡತಿ ಲಕ್ಷ್ಮಿಯ ಮೂಲಕ ನಾಣ್ಣನ ಹೆಂಡತಿಗೆ ಫೋನ್ ಮಾಡಿಸಿ ನಾಣ್ಣ ಪಾರ್ಕಿಗೆ ಏಕೆ ಬರಲಿಲ್ಲ ಎಂದು ತಿಳಕೊಳ್ಳಲು ಪ್ರಯತ್ನಿಸಿದ. ಕೊನೆಗೆ ಡಾ. ನಾರಾಯಣ ಪ್ರಭುಗಳು ಮೈ ಹುಷಾರಿಲ್ಲವಾಗಿ ಕೆಲವು ದಿನ ಆಸ್ಪತ್ರೆಯಲ್ಲಿ ದಾಖಲಾಗಿದ್ದರು ಎಂದು ತಿಳಿಯಿತು. ಕೊನೆಗೆ ಈಗ ಆರು ತಿಂಗಳ ನಂತರ ಒಂದು ವಾರದಿಂದ ನಾಣ್ಣ ಪಾರ್ಕಿಗೆ ಬರುತ್ತಾ ಇದ್ದಾರೆ.

ಎಂದಿನಂತೆ ಶ್ರೀನಿವಾಸ ಶೆಣೈ ಇವತ್ತು ಕೂಡ ಪಾರ್ಕಿಗೆ ಹೋಗಿದ್ದರು. ಅಲ್ಲಿ ಬೆಂಚಿನ ಮೇಲೆ ನಾಣ್ಣ ತಲೆಕೆಳಗೆ ಬಗ್ಗಿಸಿ ಕಾಲುಗಳ ಕಡೆ ಮುಖಮಾಡಿ ಕೂತಿದ್ದರು. ಕಣ್ಣುಗಳು ಮುಚ್ಚಿದ್ದುವು. ಶಿನ್ನ ಅವರನ್ನು ಮೈ ಅಲುಗಾಡಿಸಿ ಎಬ್ಬಿಸಿ ತಾನು ಬಂದಿದ್ದೇನೆ ಎಂದು ಹೇಳಿದರು. ನಾಣ್ಣ ಮುಖವೆತ್ತಿ ಶಿನ್ನನ ಕಡೆಗೆ ನೋಡಿ ಮುಗುಳ್ನಕ್ಕು "ಬಾರಯ್ಯ ಶಿನ್ನ, ಬಾ ಕೂಡು. ಹೇಗಿದ್ದಿ? ವಾಕಿಂಗ್ ಆಯ್ತಾ ಅಥವಾ ಈಗ ಹೋಗಬೇಕಾ?" ಎಂದು ಕೇಳಿದರು. ಶಿನ್ನ ಬೆಂಚಿನ ಮೇಲೆ ಕೂತು "ಹೋಗಿ ಬಂದೆ" ಎಂದರು. ಕೆಲವು ಕ್ಷಣಗಳು ಸುಮ್ಮನಿದ್ದು ಆಮೇಲೆ ನಾಣ್ಣ ಪುನಃ ಮಾತನಾಡಲು ಪ್ರಾರಂಭಿಸಿದ. "ನನಗೆ ಮೈ ಹುಷಾರಿರಲಿಲ್ಲ ಎಂದು ಹೇಳಿದೆನಲ್ಲಾ? ಈಗ ಸುಧಾರಿಸಿಕೊಂಡಿದ್ದೇನೆ."

ಆ ಮೇಲೆ ಇದ್ದಕ್ಕಿದ್ದ ಹಾಗೆ ನಾಣ್ಣ ಉದ್ಗಾರ ತೆಗೆದ.

"ನೋಡಪ್ಪಾ, ಶಿನ್ನ. ನಾನು ಈ ಕಾಯಿಲೆ ಬರುವ ವೇಳೆಗೆ ಎಷ್ಟು ಸುಖಸಂತೋಷದಲ್ಲಿದ್ದೆ ನಿನಗೆ ಗೊತ್ತಿದೆಯಲ್ಲ? ಹೇಳುತ್ತೇನೆ ಕೇಳು. ಆ ಕಾಲದಲ್ಲಿ ನನ್ನ ದಿನಗಳೆಂದರೆ ನನ್ನ ದಿನಗಳೇ. ನಾನು ಸಂತೋಷ ಅಂದರೆ ಏನು ಎಂದು ಅರಿತುಕೊಳ್ಳುವಷ್ಟು ಸುಖವಾಗಿದ್ದೆ. ಇನ್ನೊಬ್ಬರು ಕಿಚ್ಚು ಪಡುವಷ್ಟು ಸುಖವಾಗಿದ್ದೆ. ನನ್ನ ಹೆಂಡತಿ ಇದ್ದಾಳಲ್ಲ. ಅವಳಿಂದ ನಾನು ಪ್ರೀತಿಯನ್ನೂ ಮೀರಿದ ಏನೆಲ್ಲಾ ಸುಖ ಸಂತೋಷಗಳು ಇವೆಯೋ ಅವನ್ನೆಲ್ಲ ಪಡೆದಿದ್ದೇನೆ. ನಮ್ಮಿಬ್ಬರ ಸೌಭಾಗ್ಯವೆಂಬಂತೆ ಒಬ್ಬ ಮಗನನ್ನು ಹೊಂದಿದ್ದೇವೆ. ಒಬ್ಬ ಸಾಕು ಈ ಕಾಲದಲ್ಲಿ. ನನ್ನ ಮಗನಿಗೆ ನಾನು ಸಂಸ್ಕಾರ ಕೊಟ್ಟೆನೋ ಅಥವಾ ಅವನೇ ಪಡೆದನೋ ತಿಳಿಯೆ. ಅಂತೂ ಅವನು ನನಗೆ ಯಾವಾಗಲೂ ಸಮಸ್ಯೆ ಆಗಲಿಲ್ಲ. ನಾನು ಅಪ್ಪನಾಗಿ ಅವನನ್ನು 'ಗೌರವಿ'ಸಿದಕ್ಕಿಂತಲೂ ಹೆಚ್ಚಾಗಿ ಅವನು ನನಗೆ ಪ್ರೀತಿಯನ್ನು ನೀಡಿದ್ದಾನೆ.."

ಇದನ್ನು ಕೇಳಿ ಶಿನ್ನ ತನ್ನ ಜೀವನವೂ ಹಾಗೆಯೆ ಇದೆಯಲ್ಲ ಎಂದು ಸಮಾಧಾನ ಪಟ್ಟುಕೊಂಡ. ನಾಣ್ಣ ಕೆಲವು ಕ್ಷಣಗಳು ಸುಮ್ಮನಿದ್ದು ಆಮೇಲೆ ಪುನಃ ಮಾತನಾಡಲು ಪ್ರಾರಂಭಿಸಿದ.

"ಇದನ್ನೆಲ್ಲಾ ಏಕೆ ಹೇಳುತ್ತಾ ಇದ್ದೇನೆಂದರೆ ಆರು ತಿಂಗಳುಗಳ ಹಿಂದೆ ನನ್ನ ಕೈಯಿಂದ ನನ್ನ ಕ್ಷಣಗಳು ಕ್ಷಣಾರ್ಧದಲ್ಲಿ ಜಾರಿ ಹೋಗುತ್ತಿವೆ ಎಂಬ ಅನುಭವ ಪಡೆದೆ, ನೋಡು." ನಾಣ್ಣ ಮುಂದುವರಿಸಿದ. "ಅಲ್ಲಿಯವರೆಗೆ ನಾನು ಆರೋಗ್ಯವಂತನಾಗಿಯೇ ಇದ್ದೆ. ನನ್ನ ಬ್ಲಡ್ ಪ್ರೆಶರ್ ಸಹಜವಾಗಿತ್ತು. ರಕ್ತದ ಸಕ್ಕರೆಯ ಅಂಶವು ಸರಿಯಾಗಿತ್ತು. ರಕ್ತದಲ್ಲಿ ಕೊಲೆಸ್ಟೆರಾಲ್ ಮಿತಿಯಲ್ಲಿತ್ತು. ಆದರೂ ನನಗೆ ಹೃದಯಾಘಾತವಾಯಿತು."

"ಹೌದಾ ಮಾರಾಯ, ನಾನೂ ಅಂದುಕೊಂಡೆ ಇವನಿಗೆ ಏನಾದರೂ ಕಾಯಿಲೆ ಬಂದಿರಬೇಕು ಎಂದು. ಇಷ್ಟು ದಿನ ಭೆಟ್ಟಿಯಾಗಲಿಲ್ಲ." ಹೃದಯಾಘಾತ ಎಂದರೆ ಕೇಳಬೇಕೇ? ಯಾರಿಗಾದರೂ ಅದರ ಹೆಸರನ್ನು ಕೇಳಿ ಕಳವಳವಾಗುತ್ತದೆ. ಶಿನ್ನನಿಗೆ ಹೃದಯಾಘಾತದ ಅನುಭವ ಇಲ್ಲ. ಅವನಿಗೆ ಯಾವಾಗಲೂ ಆರೋಗ್ಯದ ಬಗ್ಗೆ ವಿವರಗಳನ್ನು ನೀಡುವ ಪುಸ್ತಕಗಳನ್ನು ಓದುವ ಹುಚ್ಚು. ಹೃದಯಾಘಾತದ ಬಗ್ಗೆ

ಸಾಕಷ್ಟು ಓದಿದ್ದಾನೆ. ಎಷ್ಟೋ ಮಂದಿ ತಮ್ಮ ವಿವಿಧ ನೋವುನವೆಗಳನ್ನು ಹೃದಯಾಘಾತವೋ ಎಂದು ಭಯ ಪಡುತ್ತಾರೆ ಎಂದು ಅವನಿಗೆ ತಿಳಿದಿದೆ.

"ಎಂದರೆ ಏನಾಯಿತು?" ಶಿನ್ನ ಕೇಳಿದ.

"ನನಗೆ ಒಂದು ವಿಚಿತ್ರ ಅನುಭವ ಆಯಿತು." ನಾಣ್ಣಿ ವಿವರಿಸಿದ. "ನನ್ನ ದಿನಗಳು, ಗಂಟೆಗಳು, ಕ್ಷಣಗಳು ನನ್ನ ಕೈಯಿಂದ ಜಾರಿಹೋಗುತ್ತಾ ಇವೆ ಎಂದು ಅನಿಸಿತು."

"ಏನು ತಲೆ ಕೆಟ್ಟವನಂತೆ ಮಾತಾಡುತ್ತಿಯೋ? ನಿನ್ನ ಕೈಯಿಂದ ನಿನ್ನ ಕ್ಷಣಗಳು ಜಾರಿ ಹೋಗುವುದೆಂದರೇನು? ಅದು ಹೇಗೆ ಸಾಧ್ಯ?" ಶಿನ್ನ ಕೇಳಿದ.

"ಗಾಬರಿಯಾಗಬೇಡ ಶಿನ್ನ. ನನಗೆ ಮುಗಿಸಲು ಬಿಡು. ನಾವು ನಮ್ಮ ಬದುಕಿನ ಪ್ರತಿಕ್ಷಣಗಳೂ ನಮ್ಮದೆಂದೇ ನಂಬಿದ್ದೇವೆ ಅಲ್ಲವೇ? ಆದರೆ ಈ ನಂಬಿಕೆ ಕೆಲವು ಸಲ ಸುಳ್ಳಾಗುತ್ತದೆ. ನನ್ನ ಡಾಕ್ಟರರು ನನಗೆ ಸಂಪೂರ್ಣ ಭರವಸೆ ಕೊಟ್ಟರೂ ನಾನು ತುಂಬಾ ಹೆದರಿದೆ. ಏನಾಗುತ್ತದೋ, ನಾನು ಸತ್ತು ಹೋಗುತ್ತೇನೆಯೋ ಎಂಬ ಭೀತಿ ನನ್ನನ್ನು ಕಾಡಲು ಹತ್ತಿತು. ಈ ಭಯವು ನನ್ನ ದೇಹ ಮತ್ತು ಮನಸ್ಸಿಗೆ ಒತ್ತಡ ತಂದಿತು. ನಮಗೆ ನಾವೇ ಸಮಾಧಾನ ಮಾಡಿಕೊಳ್ಳುವಷ್ಟರಲ್ಲಿ ನಮ್ಮ ಕ್ಷಣಗಳು ಕಳೆದು ಹೋಗುತ್ತವೆ. ನಮ್ಮ ಕ್ಷಣಗಳು ನಮ್ಮದಲ್ಲವಾಗುತ್ತವೆ. ಈ ಭಾವನೆ ಬಂದ ಮೇಲೆ ನಮ್ಮ ಮನಸ್ಸಿನ ಮೇಲೆ ಒತ್ತಡ ಇನ್ನೂ ಜಾಸ್ತಿ ಆಗುತ್ತದೆ." ಎಂದ ನಾಣ್ಣಿ ಶಿನ್ನನಿಗೆ ಅರ್ಥವಾಗುವಂತೆ.

ಆದರೆ ಶಿನ್ನನಿಗೆ ಅರ್ಥವಾಗಲಿಲ್ಲ. "ನಮ್ಮ ಕ್ಷಣಗಳೆಂದರೇನು? ನಮ್ಮ ಸಮಯ ವ್ಯರ್ಥವಾಗುತ್ತವೆ ಎಂದು ಹೇಳುವುದೋ? ನಾವು ನಮ್ಮ ದಿನ ನಿತ್ಯದ ಕೆಲಸಗಳನ್ನು ಮಾಡಲು ಆಗದಿದ್ದುದರಿಂದ ಅವು ನಮಗೆ ಇಲ್ಲವಾಗುತ್ತವೆ ಎನ್ನುವುದೋ? ಉದಾಹರಣೆಗೆ ನೀನು ಕ್ಲಿನಿಕ್‌ಗೆ ಹೋಗದೇ ಇದ್ದರೆ ನಿನ್ನ ಇಡೀ ದಿನ ವೇಸ್ಟ್ ಆಯಿತು ಎನ್ನವುದೋ? ಇದನ್ನೇ ನೀನು 'ನಿಮ್ಮ ಕ್ಷಣಗಳು' ಎನ್ನುವುದಾದರೆ ಕ್ಷಣಗಳೆಂದು ಏಕೆ ವರ್ಣಿಸುತ್ತೀ? ನಮ್ಮ ಸಮಯವನ್ನು ಈ ರೀತಿ ಸುಮ್ಮನೆ ಮನೆಯಲ್ಲಿ ರೆಸ್ಟ್‌ನಲ್ಲಿ ಕೂತು ಕಳೆದುದು ವ್ಯರ್ಥವಾಗಿ ಹೋಗುತ್ತದೆ ಎಂದು ಬಿಡಿಸಿ ಹೇಳಬಾರದೇ ನಾಣ್ಣಿ?" ಎಂದು ಕೇಳಿದ.

ನಾಣ್ಣಿನಿಗೆ ಯಾವಾಗಲೂ ಸೀದಾ ಸಾದಾ ಶಬ್ಧಗಳನ್ನು ಉಪಯೋಗಿಸಿ ಗೊತ್ತಿಲ್ಲ. ಅವನು ತನ್ನ ವಿಚಾರಗಳನ್ನು ಮಂಡಿಸಲಿಕ್ಕೆಂದು ಹೊರಟಾಗ ಅದು ತೀವ್ರವಾಗಿ ನಾಟುವಂತೆ ಸ್ವಲ್ಪ ವಿಚಿತ್ರ ಶಬ್ಧಗಳನ್ನು ಉಪಯೋಗಿಸಿ ಹೇಳುವುದು ಕ್ರಮ. ಆಗ ಕೇಳಿಸಿಕೊಂಡವರು ಸ್ವಲ್ಪ ಕಿವಿಯನ್ನು ನವಿರಾಗಿಸಿ ಕೇಳುತ್ತಾರೆ ಎಂದು ಅವನ ನಂಬಿಕೆ. ಅಲ್ಲದೇ ಅವನ ಕ್ಲಿನಿಕ್‌ನಲ್ಲಿ ಬಂದ ರೋಗಿಗಳಿಂದ ಫೀಸು ತಗೊಳ್ಳುವಾಗ ಫೀಸಿನ ಮೊತ್ತವನ್ನು ನಿರ್ಧರಿಸುವಾಗ ತಾನು ಎಷ್ಟು ಹೊತ್ತು ಈ ರೋಗಿಯೊಂದಿಗೆ ಕಳೆದೆ ಎನ್ನುವುದರ ಮೇಲೆ ಹೊಂದಿ ಫೀಸು ತಗೊಳ್ಳುತ್ತಿದ್ದ. ರೋಗಿಯೊಂದಿಗೆ ಕಳೆದ ಸಮಯ ಬರೇ ೫ ನಿಮಿಷವಾದರೆ ಫೀಸು ೧೦೦ ರೂಪಾಯಿ. ಎಂದರೆ ಒಂದು ಕ್ಷಣಕ್ಕೆ ೩

ರೂಪಾಯಿ ಚಿಲ್ಲರೆ. ಒಂದು ಕ್ಷಣ ನಷ್ಟವಾದರೆ ಮೂರು ರೂಪಾಯಿ ನಷ್ಟವಾಯಿತಲ್ಲ? ಅದಕ್ಕೆ ನಾಣ್ಣನಿಗೆ ತಾನು ಕ್ಲಿನಿಕ್‌ಗೆ ಹೋಗದೇ ಕಳೆದ ಕ್ಷಣಗಳು ತನ್ನದಲ್ಲವಾದುವಲ್ಲಾ ಎಂದು ತುಂಬಾ ಬೇಸರ. ಈ ಬೇಸರ ಒತ್ತಡದಲ್ಲಿ ಪರಿಣಮಿಸಿತೋ ಏನೋ.

ಶ್ರೀನಿವಾಸ ಶೆಣೈ ಹೀಗೆ ಯೋಚಿಸುತ್ತಿರುವಾಗ ನಾಣ್ಣ ತನ್ನ ಕಥೆಯನ್ನು ಮುಂದುವರಿಸಿದ. "ಆ ದಿನ ನಾನು ಎಂದಿನಂತೆ ವಾಕಿಂಗ್‌ಗೆ ಹೊರಟಿದ್ದೆ ನೋಡು. ಇದೇ ಪಾರ್ಕಿಗೆ ಬರಲು ಹೊರಟಿದ್ದೆ. ನಮ್ಮ ಮನೆಯ ಹಿಂದಿನ ಮಾರ್ಗ ಹಿಡಿದು ಹೊರಟೆ. ಸ್ವಲ್ಪ ದೂರ ಹೋದೆನೋ ಇಲ್ಲವೋ ಯಾಕೋ ಕಾಲುಗಳು ಸೋಲುತ್ತಿವೆ ಅನಿಸಿತು. ನಾನು ಮುಂದೆ ಮುಂದೆ ಹೋದ ಹಾಗೆ ನನ್ನ ಕುತ್ತಿಗೆಯ ಎರಡೂ ಬದಿಗಳ ರಕ್ತನಾಳಗಳು ತುಂಬಿಕೊಂಡಂತಹ ಅನುಭವವಾಯಿತು. ನೋವಿಲ್ಲ. ಆದರೆ ಈ ನರಗಳು ಗ್ಯಾಸ್ ತುಂಬಿಸಿದ ಪೈಪ್‌ನ ಹಾಗೆ ಅನಿಸಿದುವು. ಇದೇನಿದು ಎಂದು ನನಗೆ ತಕ್ಷಣ ಹೊಳೆಯಲಿಲ್ಲ. ನಾನು ಸ್ವಲ್ಪ ಹೊತ್ತು ಹಾಗೇ ನಿಂತೆ."

ಡಾ. ನಾರಾಯಣ ಪ್ರಭುಗಳಿಗೆ ಅನೇಕ ವರ್ಷಗಳ ವೈದ್ಯಕೀಯ ಅನುಭವ ಇದ್ದರೂ ಕೂಡ ತನಗೆ ಆಗುತ್ತಿರುವ ಈ ವಿಚಿತ್ರ ನೋವಿಲ್ಲದ ಬಿಗಿತ ಏನು ಎಂದು ತಕ್ಷಣ ತಿಳಿಯಲಿಲ್ಲ. ಎಂದೂ ಹೀಗೆ ಆಗಿರಲಿಲ್ಲ. ಅವರು ಮನೆಯ ಕಡೆಗೆ ತಿರುಗಿದರು. ಇಂದು ವಾಕಿಂಗ್‌ಗೆ ಹೋಗುವುದು ಬೇಡ ಎಂದು ನಿಶ್ಚಯಿಸಿದರು. ಮನೆಗೆ ಹೋಗಿ ಹೆಂಡತಿಗೆ ಗಾಬರಿ ಏನಿಲ್ಲ ಎನ್ನುತ್ತಾ ತನಗಾದ ಚಿನ್ಹೆಗಳ ಬಗ್ಗೆ ಅಲ್ಪ ಸ್ವಲ್ಪ ವಿವರಿಸಿದರು. ಹೆಂಡತಿಗೆ ಇವರ ಅವಸ್ಥೆ ಏನಪ್ಪಾ ಎಂದು ತುಂಬಾ ಮರುಕ ಆಯಿತು. ಅವಳಿಗೆ ಯಾವಾಗಲೂ ಆರೋಗ್ಯವಂತನಾಗಿ ಓಡಾಡುತ್ತಿದ್ದ ಗಂಡನಿಗೆ ಇದೇನು ಫಜೀತಿ ಬಂದೊದಗಿದೆ ಎಂದು ಭೀತಿ ಆಯಿತು. ಅವಳು ಕಾಫಿ ಕೊಡಲಾ ಎಂದು ಕೇಳಿ ಉತ್ತರವನ್ನು ನಿರೀಕ್ಷಿಸದೇ ಒಳಗೆ ಹೋಗಿ ಥರ್ಮಾಸ್‌ನಲ್ಲಿ ಇಟ್ಟಿದ್ದ ಕಾಫಿಯನ್ನು ಒಂದು ಲೋಟದಲ್ಲಿ ಬಸಿದು ಗಂಡನಿಗೆ ತಂದು ಕೊಟ್ಟರು.

ಕಾಫಿ ಆರಿರಲಿಲ್ಲ. ನಾಣ್ಣ ತನ್ನ ಮಗನಿಗೆ ಫೋನ್ ಮಾಡಿದರು. ಮಗನು ಕೂಡ ಡಾಕ್ಟರೇ. ಸುರೇಶ್ ಎಂದು ಹೆಸರು. ಸ್ನಾತಕೋತ್ತರ ಪದವೀಧರ ಮತ್ತು ಅದೇ ಆಯುರ್ವೇದ ಕಾಲೇಜಿನಲ್ಲಿ ಪ್ರಾಧ್ಯಾಪಕ. ಅವನು ತಂದೆಗೆ ಸಾಂತ್ವನ ಹೇಳಿದ. ಮತ್ತು ಹೃದ್ರೋಗ ತಜ್ಞರನ್ನು ನೋಡಬೇಕು ಎಂದು ಹೇಳಿದ. ನಾಣ್ಣ ಒಂದು ರಿಕ್ಷಾ ಮಾಡಿಕೊಂಡು ತಕ್ಷಣ ಅವರಿಗೆ ಪರಿಚಿತವಾಗಿದ್ದ ರಿಫರಲ್ ಆಸ್ಪತ್ರೆಗೆ ಹೊರಟರು. ಅಲ್ಲಿ ಡಾ. ಮುರಾರಿಯವರನ್ನು ಕಂಡರು. ಡಾ. ಮುರಾರಿಯವರು ಈಸೀಜಿ ತೆಗೆದರು. "ಹೃದಯದ ತೊಂದರೆ ಇದೆ ಆದರೆ ಬರೇ ಆಂಜೈನಾ ಪೆಕ್ಟೋರಿಸ್ ಮಾತ್ರ ಇದೆ. ಇನ್‌ಫಾರ್ಕಶನ್ ಇಲ್ಲ" ಎಂದರು. ಎಂದರೆ ಹೃದಯಕ್ಕೆ ಪೆಟ್ಟು ಆಗಿಲ್ಲ. ಹೃದಯದ ಕೊರೊನರಿ ಶುದ್ಧ ರಕ್ತನಾಳಗಳಲ್ಲಿ ರಕ್ತ ಸಂಚಾರ ಕಡಿಮೆಯಾಗಿ ಆಮ್ಲಜನಕದ ಬಟವಾಡೆ ಕಡಿಮೆ ಆಗಿ ನೋವು ಬರುವಷ್ಟು ಸೋಂಕು ತಾಗಿರುತ್ತದೆ. ಶಾಶ್ವತ ಪೆಟ್ಟಾಗಿರುವುದಿಲ್ಲ. ಅದಕ್ಕಿಂತ ಮೊದಲೇ ಪುನಃ ರಕ್ತ ಸಂಚಾರ ಸ್ವಲ್ಪ ಸ್ವಲ್ಪ ಚಾಲು ಆಗುತ್ತದೆ. ಈ ರೀತಿ ಬರುವ ನೋವಿಗೆ ಎಂಜಾಯಿನಾ ಎನ್ನುತ್ತಾರೆ ಎಂದು ಡಾ.

ನಾರಾಯಣ ಪ್ರಭುಗಳಿಗೆ ಗೊತ್ತಿದೆ ಎಂದು ತಿಳಿದಿದ್ದರೂ, ಡಾ. ಮುರಾರಿ ಆದಷ್ಟು ವಿಶಯವನ್ನು ವಿವರಿಸಿದರು. ನಾರಾಯಣ ಡಾಕ್ಟರರು ನೋವಾದ ಕೂಡಲೇ ವಿಶ್ರಾಂತಿ ತಗೊಂಡದ್ದರಿಂದ ಅದು ಇನ್‌ಫಾರ್ಕಶನ್‌ಗೆ ಏರಲಿಲ್ಲ ಎಂದರು. ಅಲ್ಲದೇ "ನಿಮ್ಮ ಕೊರೊನರಿ ರಕ್ತನಾಳಗಳು ಸಂಪೂರ್ಣ ಬ್ಲಾಕ್ ಆಗಿಲ್ಲ" ಎಂದರು.

ಡಾ. ನಾರಾಯಣ ಶಿನ್ನನ ಮುಖ ನೋಡುತ್ತಾ ತನ್ನ ಕಥೆಯನ್ನು ಮುಂದುವರಿಸಿದರು. "ನಾನು ಡಾಕ್ಟರ್ ಮುರಾರಿಯವರಿಗೆ ಕೇಳಿದೆ. ನನಗೆ ನೋವಿನ ಅನುಭವ ಆಗಿಲ್ಲ ಅದು ಏಕೆ ಎಂದು. ಅವರು ಹೀಗೆ ವಿವರಿಸಿದರು. ಎಲ್ಲಾ ಎಂಜೈನಾ ರೋಗಿಗಳಿಗೆ ಒಂದೇ ರೀತಿಯ ಲಕ್ಷಣಗಳು ಇರುವುದಿಲ್ಲ. ಕೆಲವರಿಗೆ ಎಡ ಭುಜ, ತೋಳು ಮತ್ತು ಕೈಯಲ್ಲಿ ನೋವು ಬಂದರೆ ಇನ್ನು ಕೆಲವರಿಗೆ ಕುತ್ತಿಗೆಯಲ್ಲಿ ಹಿಡಕೊಂಡ ಹಾಗೆ ಆಗುತ್ತದೆ. ಇನ್ನು ಕೆಲವರಿಗೆ ಬೆನ್ನಿನಲ್ಲಿ ನೋವು ಕಾಣಿಸಿಕೊಳ್ಳುತ್ತದೆ. ನಿಮಗೆ ಕುತ್ತಿಗೆಯಲ್ಲಿ ನರ ಉಬ್ಬಿದಂತೆ ಅನುಭವ ಆಗುತ್ತಾ ಇದೆ. ಈ ರೀತಿಯ ಲಕ್ಷಣಗಳು ವಿವಿಧ ಕಾಯಿಲೆಗಳಲ್ಲಿ ಬರುತ್ತದೆ. ನಿಮ್ಮ ಮೆಡಿಕಲ್ ಹಿಸ್ಟರಿಯನ್ನು ಪರಿಶೀಲಿಸಿದ ಮೇಲೆ ಇದು ಎಂಜೈನಾ ಎಂದೇ ನನ್ನ ಅಭಿಪ್ರಾಯ ಎಂದರು. ನಾನು ಮನೆಗೆ ಬಂದೆನೋ ಇಲ್ಲವೋ ನನಗೆ ಒಂಥರಾ ಭಯ ಆವರಿಸಿತು. ಕುತ್ತಿಗೆಯ ನರಗಳ ಸ್ಥಿತಿ ಹಾಗೇ ಇತ್ತು."

ಶ್ರೀನಿವಾಸ ಶೆಣೈಗೆ ಈಗೊಂದು ಪ್ರಶ್ನೆ ಎದ್ದಿತು. ಕುತ್ತಿಗೆಯ ನರಗಳೆಂದರೆ ನರಗಳೋ ರಕ್ತನಾಳಗಳೋ ಎಂದು ಕೇಳಿಯೇ ಬಿಟ್ಟರು. ತಾನು ಡಾಕ್ಟರ್ ಅಲ್ಲ. ನಾಣ್ಣ ಡಾಕ್ಟರ್. ಆದರೂ ಅವನು ನರಗಳೆಂದು ಸಾಮಾನ್ಯ ಜನರು ಎಂದಂತೆ ಹೇಳುತ್ತಾ ಇದ್ದಾನೆ ಎಂದು ಪ್ರಶ್ನೆ ಎದ್ದಿತು. ತನಗೆ ಸ್ವಲ್ಪವಾದರೂ ಮನುಷ್ಯನ ಅನಾಟಮಿಯ ಬಗ್ಗೆ ತಿಳಿದಿದೆ. ಹಾಗಾಗಿ ನರಗಳು ಬೇರೆ ರಕ್ತನಾಳಗಳು ಬೇರೆ ಎಂದು ಗೊತ್ತಿದೆ. ಅಲ್ಲದೇ ಕುತ್ತಿಗೆಯಲ್ಲಿ ನರಗಳೂ ರಕ್ತನಾಳಗಳೂ ಎರಡೂ ಒಟ್ಟಿಗೊಟ್ಟಿಗೆ ಇರುತ್ತವೆ. ಹಾಗೂ ನರಗಳು ಎಂದಾದರೆ ಅವುಗಳು ಉಬ್ಬುವುದಿಲ್ಲ. ರಕ್ತನಾಳಗಳು ಉಬ್ಬುತ್ತವೆ. ರಕ್ತನಾಳಗಳೇ ಇರಬಹುದು. ಇವನು ನರಗಳೆಂದರೂ ರಕ್ತನಾಳಗಳು ಉಬ್ಬಿದಂತೆ ಎಂದು ಅರ್ಥವೋ ಏನೋ ಎಂದು ಮೆಲುಕು ಹಾಕಿದ.

ಒಂದು ವೇಳೆ ರಕ್ತ ನಾಳಗಳು ಉಬ್ಬಿದ್ದಾವೆ ಎಂದಾದರೆ ಮೇಲೆ ಕಾಣುವ ರಕ್ತನಾಳಗಳೋ ಅಥವಾ ಸ್ವಲ್ಪ ಆಳದಲ್ಲಿ ಇರುವ ಮತ್ತು ಕಣ್ಣಿಗೆ ಕಾಣದಿರುವ ಶುದ್ಧ ರಕ್ತನಾಳಗಳೋ (ಆರ್ಟರಿಗಳೋ) ಎಂದು ಗೊತ್ತಾಗ ಬೇಕು. ಅಶುದ್ಧ ರಕ್ತನಾಳಗಳು (ವೇಯಿನ್ಸ) ಉಬ್ಬಿದ್ದರೆ ಹೃದಯದ ಬಲಬದಿಯ ವೆಂಟ್ರಿಕಲ್‌ನಲ್ಲಿ ಪ್ರೆಶರ್ ಜಾಸ್ತಿ ಆಗಿ ರಕ್ತ ಎಲ್ಲ ಹಿಮ್ಮೆಟ್ಟಿದಂತಾಗಿ ಕುತ್ತಿಗೆಯ ಅಶುದ್ಧ ರಕ್ತನಾಳಗಳು ಉಬ್ಬುತ್ತವೆ. ಶುದ್ಧ ರಕ್ತನಾಳಗಳು ಉಬ್ಬುವುದು ಕಡಿಮೆ. ಹಾಗೇನಾದರೂ ಆಗುವುದಾದರೆ ಅವುಗಳಲ್ಲಿ ತಲೆ ಬುರುಡೆಯ ಬುಡದಲ್ಲಿ ರಕ್ತ ಸಂಚಾರಕ್ಕೆ ತಡೆ ಇದೆ ಎಂದಾಯಿತು. ಅಲ್ಲದೇ ಈ ಕುತ್ತಿಗೆಯ ನರಗಳ ಉಬ್ಬುವಿಕೆಯೇ ಎಂಜೈನಾದ ಲಕ್ಷಣ ಎಂದಾದರೆ ಈ ಉಬ್ಬುವಿಕೆ ಇವರು ಮನೆಗೆ ಬಂದು ರೆಸ್ಟ್ ತಗೊಂಡ ಹತ್ತಿಪ್ಪತ್ತು ನಿಮಿಷದಲ್ಲಿ ಮರೆಯಾಗ ಬೇಕಾಗಿತ್ತಲ್ಲ?

ಡಾ. ನಾರಾಯಣ ಪ್ರಭು ಇನ್ನೊಂದು ವಿಷಯವನ್ನು ಹೇಳಿದರು. "ಎಂಜೈನಾದಲ್ಲಿ ನೋವು ಬರುವುದು ರಕ್ತ ಸಂಚಾರ ಕಡಿದು ಹೋದ ಪರಿಣಾಮವಾಗಿ ಅಲ್ಲ. ರಕ್ತ ಸಂಚಾರ ಕಡಿದು ಹೋದರೆ ಅದು ಇನ್ಫಾರ್ಕ್‌ಶನ್‌ಗೆ ತಿರುಗುತ್ತದೆ. ಆಗ ನೋವು ಸರಾಗವಾಗಿ ಇರುತ್ತದೆ. ಆದರೆ ಎಂಜೈನಾದಲ್ಲಿ ರಕ್ತ ಸಂಚಾರವು ಕಡಿಮೆ ಪ್ರಮಾಣದಲ್ಲಿ ಇದ್ದು ಆಮ್ಲಜನಕದ ಪೂರೈಕೆ ಕಡಿಮೆ ಆಗುತ್ತದೆ ಮತ್ತು ನೋವು ಅಥವಾ ಇತರ ಚಿನ್ಹೆಗಳು ಕಾಣಿಸಿಕೊಂಡ ಕೂಡಲೇ ರೋಗಿಯು ಸ್ತಬ್ಧನಾಗುತ್ತಾನೆ. ಸ್ತಬ್ಧತೆ ಬಂದ ತಕ್ಷಣ ಆಮ್ಲಜನಕದ ಡಿಮಾಂಡ್ ಕಡಿಮೆ ಆಗಿ ಪೂರೈಕೆ ಆಗುತ್ತಿರುವ ಆಮ್ಲಜನಕವೇ ಸಾಕಾಗಿ ಹೃದಯದ ಸ್ನಾಯುಗಳ ಮೇಲೆ ಬೀಳುವ ಶ್ರಮವೂ ಕಡಿಮೆ ಆಗುತ್ತದೆ. ಇದೆಲ್ಲಾ ಹೆಚ್ಚೆಂದರೆ ೩೦ ನಿಮಿಷಗಳಷ್ಟು ಇರಬಹುದು. ಆ ಮೇಲೆ ಈ ಚಿನ್ಹೆಗಳು ಮಾಯವಾಗ ಬೇಕು."

ಆದರೆ ಶ್ರೀನಿವಾಸರಿಗೆ ನಂಬಲಾಗುತ್ತಿಲ್ಲ. ಈತನಿಗೆ ಇಡೀ ದಿವಸ ನರಗಳು ಉಬ್ಬಿದಂತೆ ಭಾಸವಾಗುತ್ತಿತ್ತು ಎನ್ನುತ್ತಾನೆ. ಎಂದರೆ ಅದು ಎಂಜೈನಾ ಅಲ್ಲ ಎಂದೆಲ್ಲಾ ಶಿನ್ನನ ಯೋಚನೆಯ ಕುದುರೆಗಾಡಿ ಓಡುತ್ತಿತ್ತು. ನಂತರ ಕೆಲವೇ ಕ್ಷಣಗಳಲ್ಲಿ ಸೂರ್ಯನ ಬೆಳಕು ನಿಧಾನ ಕಡಿಮೆಯಾಗುತ್ತಾ ಬಂತು. ದಾರಿ ದೀಪಗಳೆಲ್ಲ ಉರಿಯಲು ಪ್ರಾರಂಭಿಸಿದುವು. ಹಕ್ಕಿಗಳು ಎಲ್ಲಿಂದ ಬಂದುವೋ! ಚಿಲಿಪಿಲಿಗುಟ್ಟುತ್ತಾ ಹಾರುವುದು ಕಂಡಿತು. ಇನ್ನು ಇಬ್ಬರೂ ಮನೆಗೆ ಮರಳಬೇಕು ಎಂದು ಬೆಂಚಿನಿಂದ ಎದ್ದು ನಿಂತರು. ಶ್ರೀನಿವಾಸ ಶೆಣೈ ತನ್ನ ಕೈತೋಳುಗಳನ್ನು ಉದ್ದಕ್ಕೆ ತಲೆಮೇಲೆ ಎತ್ತಿ ಒಮ್ಮೆ ಮೈಮುರಿಯಲು ತೊಡಗಿದರು. ನಾಣ್ಣನು ಹಾಗೆ ಮಾಡಲಿಲ್ಲ. ಆದರೆ ತನ್ನ ಹಿಂಬದಿಯಲ್ಲಿ ಅಂಟಿಕೊಂಡಿರಬಹುದಾದ ಬೆಂಚಿನ ಧೂಳನ್ನು ಜಾಡಿಸಲು ಹೊರಟ. ಆ ಮೇಲೆ ಇಬ್ಬರೂ ಸಾವಕಾಶವಾಗಿ ನಡೆಯಲು ಶುರುಮಾಡಿದರು. ಪಾರ್ಕಿನ ಗೇಟಿನ ಹತ್ತಿರ ಹೋಗುವಾಗ ಶಿನ್ನನಿಗೆ ಏನು ಹೊಳೆಯಿತೋ. ನಾಣ್ಣನಿಗೆ ಪ್ರಶ್ನೆ ಹಾಕಿದ.

"ಏ ನಾಣ್ಣ, ನೀನೆನ್ನುವುದು ರಕ್ತನಾಳಗಳು ಉಬ್ಬಿದ್ದವು ಎಂದಲ್ಲವೇ? ಸಂಜೆವರೆಗೆ ರಕ್ತನಾಳಗಳು ಉಬ್ಬಿದ್ದವೆಂದಾದರೆ ಅದು ಎಂಜೈನಾದ ಲಕ್ಷಣ ಆಗುವುದು ಹೇಗೆ? ನಿನಗೆ ಬಂದ ಈ ನಾಳಗಳ ಉಬ್ಬುವಿಕೆಗೆ ಕಾರಣ ಏನಿರಬಹುದು?" ಎಂದು ಕೇಳಿಯೇ ಬಿಟ್ಟ.

೨. ನಮ್ಮ ಕ್ಷಣಗಳ ಬೆಲೆ

ನಮ್ಮ ಕ್ಷಣಗಳ ಬೆಲೆಯನ್ನು ನಾವು ಹೇಗೆ ನಿರ್ಧರಿಸುತ್ತೇವೆ? ಎಂದರೆ ಅದು ನಮ್ಮ ವೃತ್ತಿಯಿಂದಾಗುವ ಉತ್ಪನ್ನದ ಮೇಲೆ ಹೊಂದಿಕೊಂಡಿದೆ. ನಮ್ಮ ಆದಾಯವು ತಿಂಗಳಿಗೆ ೧೦೦೦೦ ರೂಪಾಯಿಗಳಾದರೆ ನಮ್ಮ ಪ್ರತಿ ಕ್ಷಣದ ಬೆಲೆ ಎಷ್ಟು ಎಂದು ಈ ಕೆಳಗಿನ ರೀತಿಯಲ್ಲಿ ಲೆಕ್ಕ ಹಾಕಬಹುದು.

೩೦ ದಿವಸಗಳಲ್ಲಿ ಕೆಲಸದ ದಿನಗಳು (ನಾಲ್ಕು ದಿನ ರಜೆ) ---- ೨೬

೨೬ ದಿನಗಳಲ್ಲಿ ಒಟ್ಟು ಕೆಲಸದ ಗಂಟೆಗಳು ೨೬ × ೮ ---- ೨೦೮

೧ ಗಂಟೆ ಎಂದರೆ ೬೦ ಕ್ಷಣಗಳು ಆದರೆ

೨೦೮ ಗಂಟೆಗಳು ಎಂದರೆ ಕ್ಷಣಗಳು ------------- ೧೨೪೮೦

೧೦,೦೦೦ ರೂಪಾಯಿ ಎಂದರೆ ೧೦,೦೦,೦೦೦ ಪೈಸೆಗಳು.

೧೨,೪೮೦ ಕ್ಷಣಗಳಿಗೆ ೧೦,೦೦,೦೦೦ ಪೈಸೆ ಎಂದಾದರೆ

ಒಂದು ಕ್ಷಣಕ್ಕೆ ಎಷ್ಟು ಪೈಸೆ? ----------- ೮೦ ಪೈಸೆ.

ತಿಂಗಳಿಗೆ ಹತ್ತು ಸಾವಿರ ರೂಪಾಯಿ ಸಂಬಳ ಇದ್ದವನ ಕ್ಷಣ ಒಂದರ ಬೆಲೆ ರೂ. ೦.೮೦. (ಎಂಭತ್ತು ಪೈಸೆ). ನಾಣ್ಣನ ಆದಾಯ ತಿಂಗಳಿಗೆ ಎಷ್ಟು ಇರಬಹುದು ಎಂದು ಶಿನ್ನ ತಲೆಕೆಡಿಸಿಕೊಳ್ಳಲಿಲ್ಲ. ಎಷ್ಟಾದರೂ ಇರಲಿ. ಅವನ ಪ್ರತಿ ಕ್ಷಣವೂ ಖಂಡಿತವಾಗಿಯೂ ಸಾಮಾನ್ಯ ಜನರಿಗಿಂತ ತುಟ್ಟಿ ಎಂಬುದರಲ್ಲಿ ಸಂಶಯ ಇಲ್ಲ ಎಂದುಕೊಂಡ.

ಶಿನ್ನನು ರಾತ್ರೆ ಮಲಗಿಕೊಂಡು ಹೀಗೆ ಯೋಚಿಸಿ ನಾಣ್ಣನ ಕ್ಷಣಗಳ ಬೆಲೆಯನ್ನು ಲೆಕ್ಕ ಮಾಡುವಷ್ಟರಲ್ಲಿ ಅವನಿಗೆ ನಿದ್ದೆ ಬಿತ್ತು. ಬೆಳಿಗ್ಗೆ ಎದ್ದು ಶೌಚಕ್ಕೆ ಹೋಗಿ, ಮುಖ ತೊಳೆದು, ಕಾಫಿ ಕುಡಿದು ವ್ಯಾಯಾಮ ಮಾಡುತ್ತಿರುವಾಗ ಅವನ ತಲೆಯಲ್ಲಿ ಸುತ್ತುತ್ತಿರುವ ವಿಶಯವು ನಾಣ್ಣನ ಕ್ಷಣಗಳು. ಇವತ್ತು ಸಂಜೆ ಪಾರ್ಕಿನಲ್ಲಿ ನಾಣ್ಣನ ಬಳಿ ಚರ್ಚೆಗಿಳಿದು ತನ್ನ ಎಲ್ಲಾ ಸಂಶಯಗಳನ್ನು ನಿವಾರಿಸಿಕೊಳ್ಳಬೇಕೆಂದುಕೊಂಡ. ಎಂದಿನಕ್ಕಿಂತ ಅರ್ಧ ಗಂಟೆ ಮುಂಚೆಯೇ ಪಾರ್ಕಿಗೆ ಹೋಗಿ ನಾಣ್ಣನಿಗಾಗಿ ಕಾದು ಕುಳಿತ. ಇನ್ನೇನು ನಾಣ್ಣ ಬರುವ ಹೊತ್ತಾಯಿತು ಎನ್ನುವಾಗ ಶ್ರೀನಿವಾಸ ಶೆಣೈಯ ಮೊಬೈಲ್ "ಪ್ಯಾರ್ ಹುವಾ ಇಕರಾರ್ ಹುವಾ ಹೈ --- " ಎಂದು ಹಾಡಲಿಕ್ಕೆ ಶುರು ಮಾಡಿತು. ಶಿನ್ನ ತನ್ನ ಮೊಬೈಲನ್ನು ಶರ್ಟಿನ ಜೇಬಿನಿಂದ ಹೊರಗೆ ತೆಗೆದು ಫೋನ್ ಯಾರದಿರಬಹುದು ಎಂದು ಮೊಬೈಲ್‌ನ ಸ್ಕ್ರೀನ್ ವೀಕ್ಷಿಸಿದ. ಅದು ನಾಣ್ಣಂದು ಆಗಿತ್ತು.

ಹಸಿರು ಗುಂಡಿಯನ್ನು ಒತ್ತಿ "ಹೆಲ್ಲೋ ನಾಣ್ಣಿ, ಏನು ಫೋನ್ ಮಾಡಿದೆ? ವಾಕಿಂಗಿಗೆ ಬರುವುದಿಲ್ಲವೇ?"

ನಾಣ್ಣಿನ ಸ್ವರ ಜೋರಾಗಿ ಕೇಳಿಸಿತು. "ಇಲ್ಲ ಕಣೋ, ಇವತ್ತು ನನಗೆ ಸಿದ್ಧ ಸಮಾಧಿ ಯೋಗದ ಕ್ಲಾಸಿಗೆ ಹೋಗಲಿಕ್ಕಿದೆ. ಯಾವಾಗಲೂ ಕ್ಲಾಸು ಭಾನುವಾರ ಇರುವುದು. ಆದರೆ ಇವತ್ತು ಯಾರೋ ತಜ್ಞರು ಬಂದಿದ್ದಾರೆ. ಅವರ ವ್ಯಾಖ್ಯಾನ ಇದೆಯಂತೆ ಎಂದು ಶಾರದಮ್ಮನವರ ಫೋನು ಬಂದಿತ್ತು. ಶಾರದಮ್ಮನವರು ನಮ್ಮ ಶಾಲೆಯ ಕ್ಲಾರ್ಕು. ಹಾಗಾಗಿ ನನಗೆ ಇಂದು ವಾಕಿಂಗ್‌ಗೆ ಬರಲಿಕ್ಕೆ ಆಗುವುದಿಲ್ಲ. ನೀನು ಕಾಯುವುದು ಬೇಡ ಎಂದು ಫೋನ್ ಮಾಡಿ ತಿಳಿಸಿದೆ. ಸರಿ, ಇಡಲಾ?" ಎನ್ನುತ್ತಾ ನಾಣ್ಣಿ ಫೋನ್ ಮುಗಿಸಿದ. ಶಿನ್ನನು ತನ್ನ ಫೋನಿನ ಕೆಂಪು ಗುಂಡಿಯನ್ನು ಒತ್ತಿ ಸಂಭಾಷಣೆ ಮುಗಿಸಿದ ಮತ್ತು ಮೊಬೈಲನ್ನು ಜೇಬಿಗೆ ತುರುಕಿಸಿದ.

ಶಿನ್ನನಿಗೆ ನಿರಾಶೆಯಾಯಿತು. ಮನೆಕಡೆ ಹೊರಟು ಹೋದ. ದಾರಿಯಲ್ಲಿ ಒಂದು ಪೇಕೇಟ್ ಬರ್ಕ್ಲಿ ಸಿಗರೇಟು ಕೊಂಡುಕೊಂಡು ಒಂದು ಮಾಚಿಸ್ ಪೊಟ್ಟಣ ಕೂಡ ಕೊಂಡುಕೊಂಡ. ಈಗ ಸಿಗರೇಟು ದುಬಾರಿಯಾಗಿದೆ. ಅಲ್ಲದೇ ಪಬ್ಲಿಕ್ ಜಾಗಗಳಲ್ಲಿ ಸೇದಿದರೆ ಫೈನ್ ಆಗುತ್ತದೆ. ಇನ್ನೂರು ರೂಪಾಯಿ ಫೈನ್. ಆದರೆ ಶಿನ್ನ ಯಾವಾಗ ಎಂದರೆ ಆವಾಗ ಸಿಗರೇಟು ಸೇದುವುದಿಲ್ಲ. ಅವನಿಗೆ ಪಾಯಿಖಾನೆಗೆ ಹೋದಾಗ ಮಾತ್ರ ಸಿಗರೇಟು ಬೇಕು. ಸಿಗರೇಟು ಸೇದಿದಂತೆ ಗೇಸ್ ಚೆನ್ನಾಗಿ ಖಾಲಿಯಾಗುವುದಲ್ಲದೇ, ಮೋಶನ್ನು ಕೂಡ ಚೆನ್ನಾಗಿ ಆಗುತ್ತದೆ ಅನ್ನುತ್ತಾನೆ. "ಇದು ನಿನ್ನ ಭ್ರಮೆ" ಎಂದು ಅವನ ಅನೇಕ ಸ್ನೇಹಿತರು ಹೇಳುತ್ತಲೇ ಬಂದಿದ್ದರು.

"ಸಿಗರೇಟು ಸೇದದೆಯೂ ಗೇಸ್ ಹೋಗುತ್ತದೆ, ಮೋಶನ್ನೂ ಆಗುತ್ತದೆ. ಬೇಕಾದರೆ ಒಮ್ಮೆ ಸಿಗರೇಟು ಸೇದದೇ ಟಾಯ್ಲೆಟ್‌ಗೆ ಹೋಗಿ ನೋಡು" ಎನ್ನುತ್ತಿದ್ದರು.

ಪ್ರತಿದಿನ ರಾತ್ರಿ ಊಟ ಆದ ಬಳಿಕ ಶ್ರೀನಿವಾಸ ಶೆಣೈಯವರು ಏನಾದರೂ ಓದಿಕೊಂಡು ಕಣ್ಣುಗಳು ಮಂಜಾದ ಮೇಲೆ ಲೈಟ್ ಆರಿಸಿ ಮಲಗುತ್ತಾರೆ. ಅವರ ಹೆಂಡತಿ ಲಕ್ಷ್ಮಿ ಯಾವಾಗಲೂ ತನ್ನ ಗಂಡನಿಗಿಂತ ಮೊದಲೇ ಮಲಗಿ ಗೊರಕೆ ಬಿಗಿಯುತ್ತಿರುತ್ತಾಳೆ. ಶ್ರೀನಿವಾಸ ಶೆಣೈಗೆ ಏನಾದರೂ ಬೇಕಿದ್ದರೆ ಲಕ್ಷ್ಮಮ್ಮನನ್ನು ಎಬ್ಬಿಸಿ ಪಡೆಯಬೇಕು. ಇತ್ತೀಚೆಗೆ ಅವರು ಲಕ್ಷ್ಮಮ್ಮನನ್ನು ಎಬ್ಬಿಸುವುದು ಅಪರೂಪವಾಗಿತ್ತು. ಲಕ್ಷ್ಮಮ್ಮನನ್ನು ಎಬ್ಬಿಸುವುದೆಂದರೆ ಅವಳಿಗೆ ಹಿಂಸೆಕೊಟ್ಟಹಾಗೆ ಆಗುತ್ತದೆ ಎಂಬ ಭಾವನೆ ಅವರಿಗೆ ಬರುತ್ತದೆ. ಆದರೆ ಲಕ್ಷ್ಮಿ ಮಾತ್ರ ಹಾಗೆ ತನಗೆ ಹಿಂಸೆ ಆಗುತ್ತದೆ ಎಂದು ವ್ಯಕ್ತಪಡಿಸುವುದಿಲ್ಲ. ಅದು ಹಿಂದೆ ಆ ರೀತಿ ಆಗುತ್ತಿತ್ತು. ಮದುವೆ ಆದ ಮೇಲೆ ಮಕ್ಕಳಾದ ಮೇಲೆ ಎಷ್ಟೋ ವರ್ಷಗಳು ಕಳೆಯುವವರೆಗೂ ಲಕ್ಷ್ಮಿ ತನ್ನ ಗಂಡನ ಆಕಾಂಕ್ಷೆಗಳಿಗಿಂತ ಹೆಚ್ಚು ತನ್ನ ಮಕ್ಕಳ ಆರೈಕೆಗೆ ಸಮಯವನ್ನು ಕಳೆಯಬೇಕಾಗುತ್ತಿತ್ತು.

ಇವತ್ತು ಶ್ರೀನಿವಾಸ ಶೆಣೈಯವರು ತಮ್ಮ ಹತ್ತಿರ ಇರುವ ಪುಸ್ತಕಗಳನ್ನೆಲ್ಲಾ ಹುಡುಕಾಡಿ ಕೊನೆಗೆ 'ಟೆಕ್ಸ್ಟ ಬುಕ್ ಆಫ್ ಮೆಡಿಸಿನ್' ಎಂಬ ಪುಸ್ತಕವನ್ನು ಹೊರ

ತೆಗೆದರು. ಅದರಲ್ಲಿ ಎಂಜೈನಾ ಎಂಬುದು ಎಲ್ಲಿದೆ ಎಂದು ಇಂಡೆಕ್ಸನಲ್ಲಿ ನೋಡಿ ಆ ಪುಟವನ್ನು ಬಿಡಿಸಿಕೊಂಡರು. ಅದರಲ್ಲಿ ಹೀಗಿತ್ತು. ಇಂಗ್ಲೀಷಿನಲ್ಲಿ ಇದ್ದದ್ದನ್ನು ಇಲ್ಲಿ ಕನ್ನಡದಲ್ಲಿ ಸಾರಾಂಶವಾಗಿ ಬರೆಯಲಾಗಿದೆ.

"ಎಂಜೈನಾ ಪೆಕ್ಟೋರಿಸ್' ಎಂದರೆ ಹೃದಯಾಘಾತದ ಪೂರ್ವಸ್ಥಿತಿ. ಈ ಕಾಯಿಲೆಯಲ್ಲಿ ಹೃದಯಕ್ಕೆ ರಕ್ತವನ್ನು ಪೂರೈಸುವ ಕೊರೊನರಿ ಶುದ್ಧ ರಕ್ತನಾಳಗಳಲ್ಲಿ ರಕ್ತ ಸಂಚಾರ ನಿಂತು ಹೋಗಿರುವುದಿಲ್ಲ ಆದರೂ ಹೃದಯದ ಸ್ನಾಯುವಿಗೆ ದೊರಕಬೇಕಾದಷ್ಟು ಆಮ್ಲಜನಕ (ಆಕ್ಸಿಜನ್) ಸಿಗುವುದಿಲ್ಲ. ಸಾಮಾನ್ಯವಾಗಿ ೪೦ ವರ್ಷಕ್ಕಿಂತ ಹೆಚ್ಚು ಪ್ರಾಯ ಆದವರಲ್ಲಿ ಈ ಕೊರೊನರಿ ನಾಳಗಳ ಒಳಗಡೆಯ ಪದರು ದಪ್ಪವಾಗಿ ನಾಳಗಳ ಒಳಗಿನ ವ್ಯಾಸ ಕಡಿಮೆ ಆಗಿರುವುದು ಅಪರೂಪವಲ್ಲ. ಹೀಗೆ ಆಗಿದೆ ಎಂದಾದರೆ ಇವುಗಳಲ್ಲಿ ಸಂಚರಿಸುವ ರಕ್ತದ ಪ್ರಮಾಣವೂ ಕಡಿಮೆ ಆಗುತ್ತದೆ. ರಕ್ತ ಸಂಚಾರ ಕಡಿಮೆ ಆದರೆ ಅದರಲ್ಲಿ ಇರುವ ಆಕ್ಸಿಜನ್ ಹೃದಯಕ್ಕೆ ಬೇಕಾದಷ್ಟು ಸಿಗುವುದಿಲ್ಲ. ಹಾಗಾಗಿ ಹೃದಯವು ತನ್ನ ಪಂಪ್ ಕ್ರಿಯೆಯನ್ನು ಸರಿಯಾಗಿ ನಡೆಸಲು ಅಸಮರ್ಥವಾಗುತ್ತಿದೆ ಎಂದು ಅರ್ಥ. ಹೀಗಾಗುವಾಗ ದೇಹದ ಎಲ್ಲಾ ಅಂಗಗಳು ಸರಿಯಾಗಿ ರಕ್ತ ಪಡೆಯದೇ ದುರ್ಬಲವಾಗುತ್ತವೆ. ನಡೆಯುತ್ತಾ ಇದ್ದ ಮನುಷ್ಯ ಈ ಹೊತ್ತಿಗೆ ನಡೆಯುವುದನ್ನು ನಿಲ್ಲಿಸಿ ಒಂದುಕಡೆ ಕೂತುಕೊಳ್ಳುತ್ತಾನೆ. ಅವನ ಎದೆಯಲ್ಲಿ, ಎಡ ಭುಜದಲ್ಲಿ ಮತ್ತು ಎಡ ತೋಳಿನಲ್ಲಿ ನೋವು ಕಾಣಿಸಿಕೊಳ್ಳುತ್ತದೆ. ಈ ನೋವು ಎಡ ಭುಜದಿಂದ ಕೆಳಗೆ ತೋಳಿನಲ್ಲಿ ಹರಿದು ಮುಂದುತೋಳಿನಲ್ಲಿ ಹಾಗೂ ಅಂಗೈಯ ಕಿರುಬೆರಳಿನಲ್ಲಿ ಅವುಗಳ ಎಡ ಪಾರ್ಶ್ವದಲ್ಲಿ ಕಾಣಿಸುತ್ತದೆ. ಅಂಗೈಯ ಒಳಬದಿಯಲ್ಲಿ ಸಣಸಣಿಸುತ್ತದೆ. ಕಿರುಬೆರಳು ಮತ್ತು ಅದರ ಪಕ್ಕದಲ್ಲಿರುವ ಒಂದೆರಡು ಬೆರಳುಗಳಿಗೂ ತಟ್ಟುತ್ತದೆ. ಮನುಷ್ಯನು ಕೂತು ವಿಶ್ರಾಂತಿ ಪಡಕೊಳ್ಳುವ ಹೊತ್ತಿಗೆ ನೋವು ನಿದಾನ ಕಡಿಮೆ ಆಗಿ ೧೦ ನಿಮಿಷದೊಳಗೆ ಸಂಪೂರ್ಣ ನಿಂತು ಹೋಗುತ್ತದೆ."

ಇದನ್ನು ಓದುತ್ತಾ ಓದುತ್ತಾ ಶ್ರೀನಿವಾಸ ಶೆಣೈಯವರಿಗೆ ತನ್ನ ಎದೆಯು ಬಡಿಯುವುದು ಅನುಭವವಾಯಿತು. ಅವರು ತನ್ನ ನಾಡಿಯನ್ನು ಪರೀಕ್ಷಿಸಿದರು. ಹಿಂದೆ ಅವರು ನಾಡಿಯ ಬಗ್ಗೆ ಇದೇ ಪುಸ್ತಕದಲ್ಲಿ ಓದಿದ್ದು ಎಲ್ಲಿದೆ ಎಂದು ಹುಡುಕಿ ಅದನ್ನೇ ಪುನಃ ಓದಿದರು. ಅದು ಹೀಗಿತ್ತು.

"ನಾಡಿ ಎಂದರೆ ಹೃದಯದ ಬಡಿತಕ್ಕೆ ಸ್ಪಂದಿಸಿ ದೇಹದ ಎಲ್ಲಾ ಶುದ್ಧ ರಕ್ತನಾಳಗಳು ಅನುಕ್ರಮವಾಗಿ ಉಬ್ಬುವುದು ಹಿಗ್ಗುವುದು ನಡೆಯುವ ಪ್ರಕ್ರಿಯೆ. ರಕ್ತ ಸಂಚಾರವು ನೀರಿನ ನಳ್ಳಿಯಲ್ಲಿ ಹರಿದಂತೆ ಒಂದೇ ವೇಗದಲ್ಲಿ ಅಥವಾ ಒಂದೇ ಒತ್ತಡದಲ್ಲಿ ಇರುವುದಿಲ್ಲ. ರಕ್ತವು ಪುಟಪುಟಿಸಿಕೊಳ್ಳುತ್ತಾ ಹೃದಯದ ಬಡಿತಕ್ಕನುಸಾರವಾಗಿ ಎಲ್ಲಾ ಶುದ್ಧ ರಕ್ತನಾಳಗಳಲ್ಲಿ ರಕ್ತದೊತ್ತಡವು ಹೆಚ್ಚು ಕಡಿಮೆ ಆಗುತ್ತಾ ಇರುತ್ತದೆ. ಈ ಪ್ರಕ್ರಿಯೆ ಅಶುದ್ಧ ರಕ್ತನಾಳಗಳಲ್ಲಿ ಎಂದರೆ ವೈನ್ಸ್‌ಗಳಲ್ಲಿ ಇರುವುದಿಲ್ಲ. ಹಾಗಾಗಿ ನಾಡಿಯನ್ನು ಯಾವುದಾದರೂ ಶುದ್ಧ ರಕ್ತನಾಳದ ಮೇಲೆ ನಮ್ಮ

ಮೂರು ಬೆರಳುಗಳ ತುದಿಗಳನ್ನು ಇಟ್ಟು ಪರೀಕ್ಷಿಸಬೇಕು. ಇದಕ್ಕೆ ಸಾಮಾನ್ಯವಾಗಿ ಅಂಗೈಯ ಬುಡದಲ್ಲಿ ರಿಸ್ಟ್‌ನಲ್ಲಿ ಇರುವ ರೇಡಿಯಲ್ ಆರ್ಟರಿಯೇ ಅನುಕೂಲ."

ಶ್ರೀನಿವಾಸ ಶೆಣ್ಯೈ ತನ್ನ ಬಲ ಕೈ ಬೆರಳುಗಳ ತುದಿಗಳನ್ನು ಅಂಗಾತ ತನ್ನ ಎಡ ರಿಸ್ಟ್‌ನ ಮೇಲೆ ಇಟ್ಟು ಮುಟ್ಟಿದರು. ಆಗ ಅವರಿಗೆ ತನ್ನ ನಾಡಿಯು ಉಬ್ಬುವುದು ಕುಗ್ಗುವುದು ಸ್ಪರ್ಶವಾಯಿತು. ಈಗ ಅವರು ನಾಡಿಯ ಬಗ್ಗೆ ಮುಂದೆ ಓದಿದರು.

"ಹೃದಯವು ಕುಗ್ಗುವಾಗ ಬಲವಾಗಿ ಕುಗ್ಗುತ್ತದೆ. ಹಿಗ್ಗುವಾಗ ಬಲಹಾಕದೇ ಬಲಿಯುತ್ತದೆ ಎಂದರೆ ಪೂರ್ವ ಸ್ಥಿತಿಗೆ ಬರುತ್ತದೆ. ಕುಗ್ಗಿದಾಗ ಅದಕ್ಕೆ ಸಿಸ್ಟೋಲಿ ಎನ್ನುತ್ತಾರೆ. ಹೃದಯವು ಬಲಿತಾಗ ಅದನ್ನು ಡಯಾಸ್ಟೋಲಿ ಎನ್ನುತ್ತಾರೆ. ಸಿಸ್ಟೋಲಿಯಲ್ಲಿ ಹೊರಟ ರಕ್ತವು ಹೆಚ್ಚು ಒತ್ತಡದಲ್ಲಿ ಇರುತ್ತದೆ. ಡಯಾಸ್ಟೋಲಿಯಲ್ಲಿ ಹೊರಟ ರಕ್ತವು ಸ್ವಲ್ಪ ಕಡಿಮೆ ಒತ್ತಡದಲ್ಲಿ ಇರುತ್ತದೆ. ಹೆಚ್ಚು ಒತ್ತಡವಿರಲಿ ಕಡಿಮೆ ಒತ್ತಡವಿರಲಿ ರಕ್ತದ ಪ್ರವಾಹವು ಯಾವಾಗಲೂ ನಿಲ್ಲುವುದಿಲ್ಲ. ಹಾಗಾಗಿ ನಾಡಿಗಳಲ್ಲಿ ಹಿಗ್ಗಿದಂತೆ ಮತ್ತು ಕುಗ್ಗಿದಂತೆ ಆಗುವುದರಿಂದ ನಾಡಿಯ ಮೇಲೆ ಇಟ್ಟ ಬೆರಳಿನ ತುದಿಗೆ ರಕ್ತನಾಳದ ಮೇಲಿನ ಚರ್ಮ ಮೇಲೆ ಕೆಳಗೆ ಆಗುವುದರ ಸ್ಪರ್ಶದ ಅನುಭವ ಆಗುತ್ತದೆ. ಈ ರೀತಿ ನಾಡಿಯ ಹಿಗ್ಗುಕುಗ್ಗು ಒಂದು ನಿಮಿಷಕ್ಕೆ ಎಷ್ಟು ಬಾರಿ ಆಯಿತು ಎಂದು ಲೆಕ್ಕ ಮಾಡುವುದೇ ನಾಡಿ ಪರೀಕ್ಷೆ. ಸಾಮಾನ್ಯವಾಗಿ ಈ ನಾಡಿಯ ಸಂಖ್ಯೆ ಒಂದು ನಿಮಿಷಕ್ಕೆ ೭೨ ಇರುತ್ತದೆ. ಶ್ರೀನಿವಾಸ ಶೆಣ್ಯೈಯವರ ನಾಡಿಯ ಸಂಖ್ಯೆ ೭೨ ಇದೆ ಎಂದು ತಿಳಿದು ಅವರಿಗೆ ಸಮಾಧಾನವಾಯಿತು. ತನ್ನ ಎಕ್ಸಟ್ರಾ ಸಿಸ್ಟೋಲಿಗಳ ಸಮಸ್ಯೆ ಈಗ ಸದ್ಯಕ್ಕೆ ಇಲ್ಲ ಎಂದು ಕಂಡುಕೊಂಡರು. ಎಕ್ಸಟ್ರಾ ಸಿಸ್ಟೋಲಿಗಳು ಕಾಣಿಸಿಕೊಳ್ಳುವಾಗ ೪, ೮ ಅಥವಾ ೧೨ ನಾಡಿಗಳಿಗೊಮ್ಮೆ ಕಾಣಿಸಿಕೊಳ್ಳುತ್ತದೆ. ಇದರಲ್ಲಿ ಒಂದು ಹೆಚ್ಚು ಪ್ರಮಾಣದ ನಾಡಿ ಬಂದು ಆ ನಂತರ ಕೂಡಲೇ ಒಂದು ಖಾಲಿ ಸಮಯ (ನಸಿಸಿದ ಬಡಿತ) ಇರುತ್ತದೆ. ಈ ಹೆಚ್ಚು ಪ್ರಮಾಣದ ಬಡಿತವೇ ಎಕ್ಸಟ್ರಾ ಸಿಸ್ಟೋಲಿ. ಎಕ್ಸಟ್ರಾ ಎಂದರೆ ಹೆಚ್ಚಿನದ್ದು."

ಶ್ರೀನಿವಾಸ ಶೆಣ್ಯೈ ಈ ನಾಡಿಯ ವಿವರವನ್ನು ಒಳಗೊಂಡ ಪುಟವನ್ನು ಮೊದಲ ಬಾರಿಗೆ ಓದುವುದಲ್ಲ. ಇದನ್ನು ಆಗಾಗ ಓದಲು ಅವರಿಗೆ ಇಷ್ಟ. ತನ್ನ ಸ್ನೇಹಿತ ನಾಣ್ಣನು ನಾಳೆ ಈ ವಿಷಯದಲ್ಲಿ ಏನು ಹೇಳಿದರೂ ತನಗೆ ಕೂಡ ಇವುಗಳ ಜ್ಞಾನ ಸ್ವಲ್ಪ ಸ್ವಲ್ಪ ಇದೆ ಎಂದು ಅವನಿಗೆ ಗೊತ್ತಾದರೆ ಒಳ್ಳೇದು ಎಂದು ಹೀಗೆ ಮಾಡುತ್ತಾರೆ. ಅವರು ಮುಂದೆ ಓದಿದರು.

"ಹೃದಯಕ್ಕೆ ಎಡಕಕ್ಷಿ (ಎಡಭಾಗ) ಮತ್ತು ಬಲಕಕ್ಷಿ (ಬಲಭಾಗ) ಎಂದು ಎರಡು ಭಾಗಗಳಿವೆ. ಪ್ರತಿ ಭಾಗದಲ್ಲಿ ಮೇಲೆ ಒಂದು ಏಟ್ರಿಯಂ ಚೇಂಬರ್ ಮತ್ತು ಅದರ ಕೆಳಗೆ ಒಂದು ವೆಂಟ್ರಿಕಲ್ ಚೇಂಬರ್ ಇರುತ್ತವೆ. ಏಟ್ರಿಯಂನಿಂದ ರಕ್ತವು ವೆಂಟ್ರಿಕಲ್‌ಗೆ ಹರಿಯುತ್ತದೆ. ವೆಂಟ್ರಿಕಲ್‌ನಿಂದ ದೇಹದ ಎಲ್ಲಾಕಡೆ ವಿವಿಧ ಭಾಗಗಳಿಗೆ ಹರಿಯುತ್ತದೆ. ಬಲ ವೆಂಟ್ರಿಕಲ್‌ನಿಂದ ಹೊರಟ ರಕ್ತವು ಬರೇ ಶ್ವಾಸಕೋಶಗಳಿಗೆ ಹೋದರೆ, ಎಡ ವೆಂಟ್ರಿಕಲ್‌ನಿಂದ ಹೊರಟ ರಕ್ತವು ಉಳಿದ ಎಲ್ಲಾ ಅಂಗಾಂಗಗಳಿಗೆ

ಹೋಗುತ್ತದೆ. ಶ್ವಾಸಕೋಶಗಳಿಂದ ಮರಳಿದ ರಕ್ತವು ಎಡ ಏಟ್ರಿಯಂಗೆ ಹೋದರೆ, ಅಂಗಾಂಗಗಳಿಂದ ಮರಳಿದ ರಕ್ತವು ಬಲ ಏಟ್ರಿಯಂಗೆ ಹೋಗುತ್ತದೆ."

ಇದನ್ನು ವಿವರಿಸಲು ಪುಸ್ತಕದಲ್ಲಿ ಒಂದು ಚಿತ್ರವಿದ್ದದ್ದನ್ನು ಗಮನಿಸಿ ಆ ಚಿತ್ರವನ್ನು ಕೂಲಂಕುಶವಾಗಿ ವೀಕ್ಷಿಸಿದರು. ಆ ಚಿತ್ರವನ್ನು ನೋಡಿ ತಿಳಕೊಂಡರೆ ಓದಿದ್ದು ಅರ್ಥವಾಗುತ್ತದೆ. ನಂತರ ಓದನ್ನು ಮುಂದುವರಿಸಿದರು.

"ಹೃದಯವು ರಕ್ತವನ್ನು ತನ್ನ ಎಡಕಕ್ಷಿಯಲ್ಲಿ ಬಂದಕೂಡಲೇ ಬಲವಾಗಿ ಒತ್ತಿಕೊಂಡು ಕುಗ್ಗುತ್ತದೆ. ಆಗ ಅದರಲ್ಲಿರುವ ರಕ್ತವು ಒಂದು ಮುಖ್ಯ ರಕ್ತನಾಳದಲ್ಲಿ ದೂಡಲ್ಪಡುತ್ತದೆ. ಈ ಮುಖ್ಯ ರಕ್ತನಾಳಕ್ಕೆ ಅಯೋರ್ಟ ಎನ್ನುತ್ತಾರೆ. ಅಯೋರ್ಟದ ಪ್ರಾರಂಭದ ಭಾಗದಲ್ಲಿಯೇ ನಮ್ಮ ಕೊರೊನರಿ ಆರ್ಟರಿಗಳು ಹುಟ್ಟುತ್ತವೆ. ಅಯೋರ್ಟದಿಂದ ರಕ್ತವು ಮುಂದೆ ತಲೆಗೆ, ಮಿದುಳಿಗೆ, ಎಡ ಮತ್ತು ಬಲ ಭುಜಗಳಿಗೆ, ತೋಳುಗಳಿಗೆ, ಕೈಗಳಿಗೆ ಇತ್ಯಾದಿ ಅಂಗಗಳಿಗೆ ದೂಡಲ್ಪಡುತ್ತದೆ. ಈ ಅಂಗಾಂಗಗಳಿಗೆ ರಕ್ತವನ್ನು ಕೊಂಡೊಯ್ಯಲು ಅಯೋರ್ಟದಿಂದ ಕವಲೊಡೆದು ಹೊರಟ ನಾಳಗಳ ದೊಡ್ಡ ಜಾಲಗಳೇ ಇವೆ. ಈ ಜಾಲಗಳು ಶುದ್ಧ ರಕ್ತವನ್ನು ಎಲ್ಲಾ ಅಂಗಾಂಗಗಳಿಗೆ ಒಯ್ಯುತ್ತವೆ. ಅಂಗಾಂಗಗಳಲ್ಲಿ ಕೊನೆಗೆ ಅತಿ ಸೂಕ್ಷ್ಮ ನಾಳಗಳು ಇರುತ್ತವೆ. ಈ ಸೂಕ್ಷ್ಮ ನಾಳಗಳಿಗೆ ಕೆಪಿಲ್ಲರಿ ಎಂದು ಹೆಸರು. ಈ ಕೆಪಿಲ್ಲರಿಗಳು ಅಂಗಾಂಗಗಳಿಗೆ ಒಯ್ದ ರಕ್ತದಲ್ಲಿ ಆಕ್ಸಿಜನ್ ಇದೆ. ಈ ಆಕ್ಸಿಜನ್ ಮತ್ತು ಗ್ಲುಕೋಸ್ ಹಾಗೂ ಇತರ ಆಹಾರ ವಸ್ತುಗಳು ಹೊರಬಿದ್ದು ಅಲ್ಲಲ್ಲಿ ಇರುವ ಸ್ನಾಯುಗಳು, ತೊಗಲು, ಮಜ್ಜೆ, ಮೂಳೆ ಮತ್ತು ಇತರ ಎಲ್ಲಾ ಅವಯವಗಳಲ್ಲಿ ಸೇರಿಕೊಳ್ಳುತ್ತವೆ. ಈ ಅವಯವಗಳ ಆರೋಗ್ಯಕ್ಕೆ ಮತ್ತು ಕಾರ್ಯಗಳಿಗೆ ಬೇಕಾಗುವ ಶಾಖೋತ್ಪತ್ತಿ ಮಾಡಲು ಈ ವಸ್ತುಗಳು ಬೇಕಾಗಿವೆ. ಶಾಖೋತ್ಪತ್ತಿಯಾಗುತ್ತಲೇ ಅವಯವಗಳು ಕಾರ್ಯಗತವಾದಂತೆ ಅವುಗಳಲ್ಲಿ ಕಲ್ಮಶ ಉತ್ಪನ್ನವಾಗುತ್ತದೆ. ಈ ಕಲ್ಮಶಗಳೆಂದರೆ ಕಾರ್ಬನ್ ಡೈಯಾಕ್ಸೈಡ್, ಲಾಕ್ಟಿಕ್ ಆಸಿಡ್ ಇತ್ಯಾದಿ. ಈ ಕಲ್ಮಶಗಳು ವಿಷಕಾರಕ. ಮತ್ತು ಈ ವಿಷ ಹೆಚ್ಚು ಸಮಯ ಅಂಗಾಂಗಗಳಲ್ಲಿ ಇರಬಾರದು. ಇದ್ದರೆ ಈ ಅಂಗಾಂಗಗಳು ಬಳಲುತ್ತವೆ ಮತ್ತು ಬೇಗ ಬೇಗನೇ ಅಸೌಖ್ಯಗೊಳ್ಳುತ್ತವೆ. ಈ ಪರಿಸ್ಥಿತಿ ಹಾಗೆಯೇ ಮುಂದುವರಿದರೆ ಅಂಗಾಂಗಗಳು ನಿರ್ಜೀವವಾಗುತ್ತವೆ. ಆದುದರಿಂದ ಬೇಗ ಬೇಗನೇ ಈ ಕಲ್ಮಶಗಳೆಲ್ಲಾ ಅಂಗಾಂಗಗಳಿಂದ ಮತ್ತು ಅವಯವಗಳಿಂದ ರಕ್ತದಲ್ಲಿ ಬಂದು ಸೇರುತ್ತವೆ. ಇವುಗಳು ರಕ್ತದಲ್ಲಿ ಸೇರಿದಂತೆಯೇ ರಕ್ತವು ಕೂಡ ಕಲ್ಮಶಯುಕ್ತವಾಗಿ ಅಶುದ್ಧ ಎನಿಸುತ್ತದೆ."

ಶ್ರೀನಿವಾಸ ಶೆಣೈಗೆ ಈಗ ನಮ್ಮ ಹೃದಯ ಏಕೆ ಸದಾಕಾಲ ಬಡಿಯುತ್ತಾ ಇರುತ್ತದೆ ಎಂದು ಅರ್ಥವಾಯಿತು. ಅಲ್ಲದೇ ಹೃದಯದ ಬಡಿತ ಐದೇ ಐದು ನಿಮಿಷ ನಿಂತರೆ ಆ ಮನುಷ್ಯ ಜೀವಿಸುವುದಿಲ್ಲ ಎಂದು ಕೂಡ ಗೊತ್ತಾಯಿತು. ಏಕೆಂದರೆ ಬರೇ ಐದು ನಿಮಿಷಗಳಲ್ಲಿ ನಮ್ಮ ಅಂಗಾಂಗಗಳಲ್ಲಿ ಉತ್ಪನ್ನವಾದ ಕಲ್ಮಶಗಳು ನಮ್ಮ ಅವಯವಗಳನ್ನು ಜೀವಿಸಲು ಬಿಡುವುದಿಲ್ಲ. ಅವರು ಮುಂದೆ ಓದಿದರು.

"ಈ ರೀತಿ ಅಂಗಾಂಗಗಳಲ್ಲಿ ಉತ್ಪನ್ನವಾದ ಅಶುದ್ಧ ರಕ್ತವು ಅಂಗಾಂಗಗಳಿಂದ ಹೃದಯಕ್ಕೆ ಮರಳುವ ಸಲುವಾಗಿ ಸೂಕ್ಷವಾದ ಅಶುದ್ಧ ರಕ್ತ ನಾಳಗಳಲ್ಲಿ ಹರಿಯುತ್ತದೆ. ಈ ಸೂಕ್ಷ್ಮ ನಾಳಗಳು ನಂತರ ದೊಡ್ಡ ನಾಳಗಳಲ್ಲಿ ಕೂಡುತ್ತವೆ. ಅವಯವಗಳಿಂದೆಲ್ಲಾ ಹೊರಡುವ ಸಣ್ಣ ಸಣ್ಣ ನಾಳಗಳು ಎಂದರೆ ಅಶುದ್ಧ ರಕ್ತನಾಳಗಳು (ವೈನ್ಸ್) ಒಂದಕ್ಕೊಂದು ಕೂಡಿಕೊಂಡು ದೊಡ್ಡ ದೊಡ್ಡ ನಾಳಗಳಾಗಿ ಕೊನೆಗೆ ಎರಡು ಮುಖ್ಯ ನಾಳಗಳಾಗಿ ಹೃದಯದ ಬಲಕಕ್ಷಿಯಲ್ಲಿ ಕೂಡುತ್ತವೆ. ಇಂಥಹ ಒಂದು ದೊಡ್ಡ ಅಶುದ್ಧ ರಕ್ತನಾಳವು ದೇಹದ ಮೇಲ್ಭಾಗದಿಂದ ಬಂದು ಹೃದಯದ ಬಲ ಏಟ್ರಿಯಂನಲ್ಲಿ ಕೂಡುತ್ತದೆ. ಮತ್ತು ಇನ್ನೊಂದು ದೇಹದ ಕೆಳಭಾಗದಿಂದ ಬಂದು ಬಲ ಏಟ್ರಿಯಂನಲ್ಲಿಯೇ ಕೂಡುತ್ತದೆ. ಹೀಗೆ ಎಲ್ಲ ಅಶುದ್ದ ರಕ್ತ ಬಲ ಏಟ್ರಿಯಂನಲ್ಲಿ ಬಂದು ಸೇರುತ್ತದೆ.

"ಅಯೋರ್ಟದಿಂದ ಅನೇಕ ಸಣ್ಣ ಆರ್ಟರಿಗಳು ಹೊರಡುತ್ತವೆ. ಇದೇ ರೀತಿ ಹೊರಟು ಬಂದ ಒಂದು ಶುದ್ಧ ರಕ್ತ ನಾಳದಲ್ಲಿರುವ ರಕ್ತವು ಮೂತ್ರಜನಕಾಂಗಗಳಲ್ಲಿ ಹೋದಾಗ ರಕ್ತದಲ್ಲಿ ಮುಂಚೆ ಒಟ್ಟುಗೂಡಿದ ಕಲ್ಮಶ ವಸ್ತುಗಳು ಹೊರಗೆ ಚೆಲ್ಲಲ್ಪಡುತ್ತವೆ. ಅವು ಮೂತ್ರದಲ್ಲಿ ಹೊರಗೆ ಹೋಗುತ್ತವೆ. ಮೂತ್ರಜನಕಾಂಗದಿಂದ ಹೊರಬಿದ್ದ ರಕ್ತವು ಸ್ವಲ್ಪಮಟ್ಟಿಗೆ ಶುದ್ಧವಾಗುತ್ತದೆ. ಅಯೋರ್ಟದಿಂದ ಹೊರಟ ಇನ್ನೊಂದು ಶುದ್ಧ ರಕ್ತನಾಳವು ಅನ್ನಕೋಶ, ಕರುಳು, ಪಿತ್ತಕೋಶ ಇತ್ಯಾದಿ ಅಂಗಗಳಿಗೆ ರಕ್ತವನ್ನು ತಲುಪಿಸುತ್ತದೆ. ಅನ್ನಕೋಶದಲ್ಲಿರುವ ವಿವಿಧ ಜಠರರಸಗಳು ಮನುಷ್ಯನು ತಿಂದು ಅನ್ನಕೋಶಕ್ಕೆ ಬಂದು ಸೇರಿದ ಆಹಾರದಲ್ಲಿರುವ ಸ್ಟಾರ್ಚ್‌ನ್ನು ಗ್ಲುಕೋಸ್ ಆಗಿ ಮಾರ್ಪಡಿಸಿದ ಮೇಲೆ ಆ ಗ್ಲುಕೋಸ್ ರಕ್ತದಲ್ಲಿ ಸೇರಿಕೊಳ್ಳುತ್ತದೆ. ಮನುಷ್ಯನಿಗೆ ಬೇಕಾದ ನೀರಿನ ಅಂಶ ಎಲ್ಲಾ ಇಡೀ ಕರುಳಿನಲ್ಲಿ ಹೀರಿಕೊಳ್ಳಲ್ಪಡುತ್ತದೆ. ಮುಂದೆ ಕರುಳಿನ ಡುಯೋಡಿನಂ ಎಂಬಲ್ಲಿಗೆ ರಕ್ತ ಹೋದಾಗ ಪ್ರೋಟೀನು ಹಾಗೂ ಇನ್ನೂ ಮುಂದೆ ಜಠರಕ್ಕೆ ಹೋದಾಗ ಕೊಬ್ಬು ಪದಾರ್ಥಗಳನ್ನು ಹೀರಿಕೊಳ್ಳುತ್ತವೆ. ಲಿವರ್ (ಪಿತ್ತಕೋಶ) ಎಂಬ ಅಂಗಕ್ಕೆ ಎರಡೂ ಕಡೆಯಿಂದ ರಕ್ತ ಹರಿದು ಬರುತ್ತದೆ. ರಕ್ತವು ಪಿತ್ತಕೋಶದಲ್ಲಿ ಹೋದಾಗ ಈ ಗ್ರಂಥಿಯು ಅನೇಕ ಕಾರ್ಯಗಳನ್ನು ಮಾಡುತ್ತದೆ. ಹೀಗೆ ರಕ್ತವು ನಮ್ಮ ಜೀವನಕ್ಕೆ ಬೇಕಾದ ಎಲ್ಲಾ ಕ್ರಿಯೆಗಳನ್ನು ಮಾಡಿಕೊಂಡು ನಮ್ಮನ್ನು ಕಾಪಾಡುತ್ತದೆ.

"ನಮ್ಮ ಹ್ರದಯವು ಕುಗ್ಗಿದಾಗ ಬಲಕಕ್ಷಿಯಲ್ಲಿದ್ದ ಅಶುದ್ಧ ರಕ್ತವು ಶ್ವಾಸಕೋಶಗಳಲ್ಲಿ ಹೋಗಿ ಅಲ್ಲಿ ತನ್ನಲ್ಲಿದ್ದ ಕಾರ್ಬನ್ ಡಯಾಕ್ಸೈಡ್ ಎಂಬುದನ್ನು ಹೊರಗೆ ಶ್ವಾಸದಲ್ಲಿ ಬಿಸಾಕುತ್ತದೆ ಮತ್ತು ಶ್ವಾಸದ ಗಾಳಿಯಲ್ಲಿ ಇರುವ ಆಕ್ಸಿಜನ್ನನ್ನು ಹೀರುತ್ತದೆ. ಶ್ವಾಸಕೋಶದಲ್ಲಿ ಈ ರೀತಿ ರಕ್ತವು ಶುದ್ಧೀಕರಿಸಲ್ಪಡುತ್ತದೆ. ಶುದ್ಧ ರಕ್ತವು ಅತಿ ಕೆಂಪಾಗಿ ಇದ್ದು ಅಶುದ್ಧ ರಕ್ತವು ಕಪ್ಪಗೆ ಕೆಂಪು ಬಣ್ಣ ತಳಿಯುತ್ತದೆ. ಇದಕ್ಕೆ ಕಾರಣ ನಮ್ಮ ರಕ್ತದಲ್ಲಿರುವ ಹಿಮೊಗ್ಲೋಬಿನ್ ಎಂಬ ಬಣ್ಣದ ರಾಸಾಯನಿಕ."

ಶ್ರೀನಿವಾಸ ಶೆಣೈ ಗಡಿಯಾರ ನೋಡಿದರು. ಇನ್ನೂ ಹನ್ನೆರಡು ಹೊಡೆದಿರಲಿಲ್ಲ. ಹಾಗಾಗಿ ಓದು ಮುಂದುವರೆಸಿದರು.

"ಹಿಮೊಗ್ಲೋಬಿನ್‌ನಲ್ಲಿ ಆಕ್ಸಿಜನ್ನು ಕೂಡಿಕೊಂಡರೆ ಅದರ ಬಣ್ಣ ಆಗುವುದು ಅಚ್ಚ ಕೆಂಪು. ಅದು ಆಕ್ಸಿಜನ್ ಕಳಕೊಂಡರೆ ಮತ್ತು ಕಾರ್ಬನ್ ಡಯಾಕ್ಸೈಡ್ ರಕ್ತದಲ್ಲಿ ಹೆಚ್ಚಾಗಿದ್ದರೆ ರಕ್ತದ ಬಣ್ಣ ಕಪ್ಪಗಿನ ಕೆಂಪು ಬಣ್ಣ ತಳೆಯುತ್ತದೆ. ಶ್ವಾಸಕೋಶದಲ್ಲಿ ಶುದ್ಧೀಕರಿಸಲ್ಪಟ್ಟ ಶುದ್ಧ ರಕ್ತವು ಕೋಶದ ಚಿಕ್ಕ ಚಿಕ್ಕ ನಾಳಗಳಲ್ಲಿ ಹರಿದು ನಂತರ ನಾಲ್ಕು ದೊಡ್ಡ ನಾಳಗಳ ಮೂಲಕ ಹ್ರದಯದ ಎಡಕಕ್ಷಿಗೆ ಬರುತ್ತದೆ. ಈ ರೀತಿ ಅದೇ ರಕ್ತವು ತಿರುಗಿ ಹೃದಯಕ್ಕೇನೇ ಮರಳುತ್ತದೆ."

ಈಗ ಶ್ರೀನಿವಾಸ ಶೆಣೈ ಎಂಜೈನಾ ಕಾಯಿಲೆಯ ವಿವರ ಇರುವ ಪುಟಕ್ಕೆ ಮರಳುತ್ತಾರೆ ಮತ್ತು ಮುಂದೆ ಓದುತ್ತಾರೆ.

"ಎಂಜೈನಾದಿಂದಾಗುವ ನೋವು ಪ್ರತಿಬಾರಿ ಮನುಷ್ಯನು ಬಿರುಸಾಗಿ ನಡೆಯುವಾಗ ಕಾಣಿಸಿಕೊಳ್ಳುತ್ತದೆ. ಕೊರೊನರಿ ನಾಳಗಳ ಒಳಗಿನ ವ್ಯಾಸವು ಯಾವ ಪ್ರಮಾಣದಲ್ಲಿ ಕಡಿಮೆಯಾಗಿದೆಯೋ ಅದೇ ಪ್ರಮಾಣದಲ್ಲಿ ರಕ್ತ ಸಂಚಾರವು ಕಡಿಮೆ ಆಗುತ್ತದೆ. ರಕ್ತ ಸಂಚಾರವು ಎಷ್ಟು ಸಂಕುಚಿತವಾಗಿರುತ್ತದೋ ಅಷ್ಟೇ ತೀವ್ರವಾಗಿ ಈ ನೋವು ಇರುತ್ತದೆ. ಹೀಗೆ ನೋವು ಕಾಣಿಸಿಕೊಂಡರೆ ಆ ಮನುಷ್ಯನು ತನ್ನ ನಾಲಿಗೆಯ ಅಡಿಯಲ್ಲಿ ನೈಟ್ರೋಗ್ಲಿಸರಿನ್ ಮಾತ್ರೆಯನ್ನು ಇಟ್ಟು ಸ್ವಲ್ಪಹೊತ್ತು ಕಾದರೆ ನೋವು ಕಡಿಮೆ ಆಗುತ್ತದೆ. ನೈಟ್ರೋಗ್ಲಿಸರಿನ್ ಔಷಧವು ಎಲ್ಲಾ ಶುದ್ಧ ರಕ್ತನಾಳಗಳನ್ನು ಉಬ್ಬಿಸುತ್ತದೆ ಮತ್ತು ಹೃದಯದ ಕೊರೊನರಿ ನಾಳಗಳನ್ನೂ ಕೂಡ ಇದೇ ರೀತಿ ಹಿಗ್ಗಿಸುತ್ತದೆ ಮತ್ತು ಅವುಗಳಲ್ಲಿ ರಕ್ತ ಸಂಚಾರ ಮಾಮೂಲಾಗುತ್ತದೆ. ನೈಟ್ರೋಗ್ಲಿಸರಿನ್ ರಾಸಾಯನಿಕವು ಡೈನಾಮೈಟ್ ಎಂಬ ಸ್ಫೋಟಕದಲ್ಲಿ ಕೂಡ ಇದೆ. ರಕ್ತ ಸಂಚಾರ ಮಾಮೂಲಾದಂತೆ ಹೃದಯವು ಪುನಃ ತನ್ನ ಕಾರ್ಯವನ್ನು ಮಾಮೂಲಾಗಿ ಮಾಡಲು ತೊಡಗುತ್ತದೆ. ಹೀಗೆ ರಕ್ತ ಸಂಚಾರ ಸರಿಯಾದುದರಿಂದಲೇ ಎಂಜೈನಾದಿಂದ ಬರುವ ನೋವು ಕಡಿಮೆ ಆಗುವುದು."

ಮುಂದಿನ ವಿಷಯವನ್ನು ಶ್ರೀನಿವಾಸ ಶೆಣೈ ಸ್ವಲ್ಪ ಸ್ಥೂಲವಾಗಿ ಮೇಲೆ ಮೇಲೆ ಓದಿದರು.

"ಕೊರೊನರಿ ಬೈಪಾಸ್ ಎಂಬ ಶಸ್ತ್ರ ಚಿಕಿತ್ಸೆ ಮಾಡಿದಾಗ ಇಂತಹ ಕೊಬ್ಬಿದ ರಕ್ತನಾಳಗಳನ್ನು ಹಾಗೇ ಬಿಟ್ಟು ಪರ್ಯಾಯವಾಗಿ ಬೇರೆ ನಾಳಗಳನ್ನು ಸೃಷ್ಟಿಸುತ್ತಾರೆ. ಮನುಷ್ಯನ ತೊಡೆಯಲ್ಲಿ ಇರುವ ಒಂದು ಚೆನ್ನಾಗಿರುವ ಅಶುದ್ಧ ರಕ್ತನಾಳದ ತುಂಡನ್ನು ಕಿತ್ತು ತೆಗೆದು ಅದನ್ನು ಹೃದಯದ ಮೇಲೆ ಕಸಿಮಾಡುತ್ತಾರೆ. ಕೊರೊನರಿ ನಾಳಗಳ ರೋಗಗ್ರಸ್ತ ಭಾಗವನ್ನು ಬೈಪಾಸ್ ಮಾಡುತ್ತಾರೆ. ಈ ಶಸ್ತ್ರ ಚಿಕಿತ್ಸೆಯು ಈಗ ಸುಮಾರು ಇಪ್ಪತ್ತು ವರ್ಷಗಳಿಂದ ಬಳಕೆಯಲ್ಲಿ ಇದೆ. ಇತ್ತೀಚೆಗೆ ಇನ್ನೊಂದು ವಿಧದ ಚಿಕಿತ್ಸೆ ಎಂದರೆ ಏಂಜಿಯೋಪ್ಲಾಸ್ಟಿಯೂ ಬಳಕೆಯಲ್ಲಿ ಬಂದಿದೆ. ಈ ಏಂಜಿಯೋಪ್ಲಾಸ್ಟಿ

ಚಿಕಿತ್ಸೆಯಲ್ಲಿ ಎದೆಯನ್ನು ಗಾಯಹಾಕಿ ಸೀಳುವುದಿಲ್ಲ. ಅದರ ಬದಲು ಉದ್ದದ ಕೆಥೆಟರ್ ಎಂಬ ವಿಶೇಷ ಟ್ಯೂಬುಗಳನ್ನು ಕೊರೊನರಿ ನಾಳಗಳತನಕ ಸಿಕ್ಕಿಸಿ ಆ ನಾಳಗಳ ಕೊಬ್ಬಿದ ಬದಿಗಳನ್ನು ಕೆರೆದು ತೆಗೆದೋ ಇಲ್ಲವೇ ಒಳಗಿನ ವ್ಯಾಸವನ್ನು ಇನ್ನೊಂದು ವಿಧದಲ್ಲಿ ಅಧಿಕಗೊಳಿಸಿಯೋ ರಕ್ತ ಸಂಚಾರ ಮಾಮೂಲಾಗುವಂತೆ ಮಾಡುತ್ತಾರೆ."

ಶ್ರೀನಿವಾಸ ಶೆಣ್ಯೈಗೆ ಇದನ್ನೆಲ್ಲಾ ತಿಳಿದು ಯೋಚನೆ ಹುಟ್ಟಿತು. ಆಂಜೈನಾ ಇದ್ದವರು ಇಷ್ಟು ದೊಡ್ಡ ಶಸ್ತ್ರ ಚಿಕಿತ್ಸೆ ಮಾಡಿಸಿಕೊಳ್ಳಬೇಕೇ? ದಿನಗಳುರುಳಿದಂತೆ ಕೊರೊನರಿ ನಾಳಗಳ ಒಳಗಿನ ವ್ಯಾಸ ಕಡಿಮೆಯಾಗುತ್ತಾ ರಂಧ್ರ ಕುಗ್ಗುತ್ತಾ ಬಂದು ಕೊನೆಗೆ ಒಂದು ದಿನ ಪೂರ್ತಿ ಬ್ಲಾಕ್ ಆಗುತ್ತದೆ. ಆವಾಗಲೇ ಹಾರ್ಟ್ ಎಟ್ಟೇಕ್ ಆಗುವುದು. ಹಾರ್ಟ್ ಎಟ್ಟೇಕ್ ಆದರೆ ಮತ್ತೆ ಪ್ರಾಣ ಉಳಿಯುವುದು ಕಷ್ಟ.

ತನ್ನ ಫ್ರೆಂಡು ನಾಣ್ಣ ಈ ಎಂಜೈನಾವನ್ನು ಸ್ವತಃ ಅನುಭವಿಸಿದ್ದಾರಲ್ಲ! ಹೀಗಾದಾಗ ಅವರು ಭಯ ಪಟ್ಟರೆಂದರೆ ಏನು ತಪ್ಪಿದೆ? ಡಾ. ನಾರಾಯಣ ಪ್ರಭುಗಳು ಶೆಣ್ಯೈಯವರಿಗಿಂತ ಚಿಕ್ಕವರು. ಶೆಣ್ಯೈಯವರಿಗೆ ಹೃದ್ರೋಗದ ಚಿಕ್ಕದೊಂದು ತೊಂದರೆ ಇದ್ದರೂ ಅವರಿಗೆ ಎದೆನೋವಿನದ್ದಾಗಲೀ ಎಂಜೈನಾದಾಗಲೀ ಅನುಭವ ಇಲ್ಲ. ಎಂಜೈನಾ ಇದ್ದವರು ತನಗೆ ಹಾರ್ಟ್ ಅಟ್ಯಾಕ್ ಆಗುವುದೋ ಎಂದು ಭಯವಂತನಾಗುವುದು ವಿಶೇಷ ಅಲ್ಲ.

ಆದರೆ ಈಗಿನ ದಿನಗಳಲ್ಲಿ ಎಂಜೈನಾ ಬಂದವರು ಹಾರ್ಟ್ ಸರ್ಜನ್‌ಗಳ ಸಲಹೆ ಪಡೆದು ಕೊರೊನರಿ ಬೈಪಾಸ್ ಸರ್ಜರಿ ಮಾಡಿಸುತ್ತಾರೆ. ನಾರಾಯಣ ಪ್ರಭು ಅದು ತನಗೆ ಬೇಕಾಗಿಲ್ಲ ಎಂದು ಮಾಡಿಸಿಕೊಳ್ಳಲಿಲ್ಲ. ಮಾಡಿಸಿಕೊಂಡದ್ದಾದರೆ ಚೆನ್ನಾಗಿತ್ತಲ್ಲವಾ? ಈಗ ಸುಮ್ಮನೇ ಹೆದರಿಕೊಂಡು ಕೂಡಬೇಕಾಯಿತಲ್ಲವಾ?

ನಾರಾಯಣ ಪ್ರಭುಗಳು ತನ್ನ ಪ್ರಾಕ್ಟೀಸ್ ಮಾಡುವುದು ಬಿಟ್ಟು ಮನೆಯಲ್ಲಿ ಕೂತು ತನ್ನ ಅತಿ ಮೂಲ್ಯ ಕ್ಷಣಗಳನ್ನು ಕಳೆದುಕೊಳ್ಳುವಂತಾಗಿದೆ.

ಇದರಿಂದಾಗಿ ಅವರೇನಾದರೂ ಡಿಪ್ರೆಶ್ಶನ್‌ಗೆ ಬಲಿಯಾಗಿರುವರೇ ಎಂದು ಕೂಡ ಶಿನ್ನನ ತಲೆಯಲ್ಲಿ ಹೊಳೆಯದೇ ಇರಲಿಲ್ಲ.

ಶ್ರೀನಿವಾಸ ಶೆಣ್ಯೈ ಗಡಿಯಾರ ನೋಡಿದರು. ಹನ್ನೆರಡು ಗಂಟೆ ಆಗಿತ್ತು. ಪಕ್ಕದಲ್ಲೇ ಮಲಗಿದ ತನ್ನ ಪ್ರೀತಿಯ ಜೀವನ ಸಂಗಾತಿ ಲಕ್ಷ್ಮಿಯ ಕಡೆಗೆ ನೋಡಿದರು. ಆಕೆ ಗಾಢನಿದ್ರೆಯಲ್ಲಿ ಇದ್ದಳು. ಅವಳ ಗೊರಕೆಗಳು ಜೋರಾಗಿ ಕೇಳಿಸುತ್ತಿದ್ದುವು.

ತಾನು ಪ್ರತಿದಿನ ಹೀಗೆ ರಾತ್ರಿ ಮಲಗುವ ಮೊದಲು ಏನಾದರೂ ಓದುತ್ತಿರುವಾಗ ಶ್ರೀನಿವಾಸ ಶೆಣ್ಯೈಗೆ ತನ್ನ ಹೆಂಡತಿಯ ಗೊರಕೆಯ ಕಡೆಗೆ ಗಮನ ಹರಿಯುತ್ತಿರಲಿಲ್ಲ. ಓದಿಯಾದ ಬಳಿಕ ಈಗ ಗೊರಕೆಯು ಚೆನ್ನಾಗಿ ಕೇಳಿಸುತ್ತಾ ಇದೆ.

ಮೊದಮೊದಲು ಶೆಣೈಯವರಿಗೆ ಈ ಗೊರಕೆಗಳಿಂದ ನಿದ್ರೆ ಬರುತ್ತಿರಲಿಲ್ಲ. ಎಷ್ಟೋ ಬಾರಿ ಅವರು ತಮ್ಮ ಮನೆಯ ಇನ್ನೊಂದು ಕೋಣೆಗೆ ಹೋಗಿ ಮಲಗಿದುದು ಉಂಟು.

ಆದರೆ ಈಗ ಅವರು ತನ್ನ ಕಿವಿಯಲ್ಲಿ ಹತ್ತಿಯ ಉಂಡೆ ಇಟ್ಟು ಮಲಗುತ್ತಾರೆ. ಹತ್ತಿಯ ಉಂಡೆಯಿಂದ ಗೋರಕೆಯ ಸದ್ದು ಮಾಯವಾಗುವುದಿಲ್ಲ. ಆದರೆ ಗೊರಕೆಯ ತೀವ್ರತೆ ಕಡಿಮೆ ಆಗುತ್ತದೆ. ಅಲ್ಲದೇ ಅವರು ಗೊರಕೆಯ ಬಗೆಗಿನ ತನ್ನ ನಿಲುವನ್ನು ಬದಲಾಯಿಸಿಕೊಂಡಿದ್ದಾರೆ. ಅವುಗಳ ಮೇಲೆ ಗಮನವನ್ನೇ ಕೊಡುವುದಿಲ್ಲ.

ಅವುಗಳು ತನಗೆ ಕೇಳಿಸುವುದೇ ಇಲ್ಲ ಎಂದು ಗಟ್ಟಿ ಮನಸ್ಸು ಮಾಡಿದ್ದಾರೆ. ಗಂಡಹೆಂಡಿರಲ್ಲಿ ಒಬ್ಬರಾಗಲೀ ಇಬ್ಬರೂ ಆಗಲಿ ಗೊರಕೆ ಹೊಡೆಯುವುದು ಏನೂ ಅಪರೂಪ ಅಲ್ಲ. ಆದರೆ ಅವರಿಬ್ಬರಲ್ಲಿ ಗಾಢವಾದ ಪ್ರೀತಿ ಇದ್ದರೆ ಅವರ ಕಿವಿಗೆ ಗೊರಕೆಯ ಧ್ವನಿಯೇ ಕೇಳಿಸುವುದಿಲ್ಲ. ಗೊರಕೆ ಹೊಡೆಯುವವರು ಹೊಡೆಯುತ್ತಾ ಇದ್ದಾಗಲೂ ಕೂಡ ಇಬ್ಬರೂ ಚೆನ್ನಾಗಿ ನಿದ್ದೆ ಮಾಡುತ್ತಾರೆ.

ಶ್ರೀನಿವಾಸ ಶೆಣೈಯವರು ಮೇಲೆದ್ದು ಬಾತ್‌ರೂಮಿಗೆ ಹೋಗಿ ಹಲ್ಲುಜ್ಜಿಕೊಂಡರು. ನಂತರ ಮೂತ್ರ ಹೊಯ್ದು ಬೆಡ್ ರೂಮಿಗೆ ಬಂದು ಲೈಟ್ ಸ್ವಿಚ್ ಆರಿಸಿದರು. ಮಂಚದ ಮೇಲಿನ ಹಾಸಿಗೆಯನ್ನು ಸರಿಮಾಡಿಕೊಂಡು ಚಳಿಯ ದಿನಗಳಾದುದರಿಂದ ಹೊದಿಕೆ ಹೊದ್ದುಕೊಂಡು ಮಲಗಿಕೊಂಡರು. ಸ್ವಲ್ಪ ಸಮಯದಲ್ಲಿ ಅವರಿಗೆ ನಿದ್ದೆ ಆವರಿಸಿತು.

೩. ಸುಖ ಮತ್ತು ಸಮಾಧಿ

ಮರುದಿನ ಎಂದಿನಂತೆ ಶೀನ್ನ ಬಾದಾಮಿ ಹಾಲು ಕುಡಿದು ಪಾರ್ಕಿಗೆ ಹೊರಟರು. ಅಲ್ಲಿ ನಾಣ್ಣ ಮೊದಲೇ ಬಂದು ಕೂತಿದ್ದರು.

"ಗುಡ್ ಈವ್ನಿಂಗ್ ಡಾಕ್ಟರರೇ" ಎಂದರು ಶೀನ್ನ.

"ಗುಡ್ ಈವ್ನಿಂಗ್, ಮೈ ಫ್ರೆಂಡ್" ಎಂದರು ನಾಣ್ಣ. ನಾಣ್ಣ ಆವಾಗಲೇ ಒಂದೆರಡು ಸುತ್ತು ಜಾಗಿಂಗ್ ಟ್ರಾಕ್‌ನೊಳಗೆ ನಿದಾನವಾಗಿ ವಾಕಿಂಗ್ ಮಾಡಿಕೊಂಡು ಬಂದಿದ್ದರು.

"ನನ್ನ ಇಂದಿನ ವಾಕಿಂಗ್ ಕೋಟಾ ಆಗಿದೆ. ನೀನು ಹೋಗಿ ಬಾರಪ್ಪಾ" ಎಂದರು ನಾಣ್ಣ. ಶ್ರೀನಿವಾಸ ಶೆಣೈ ಟ್ರಾಕ್‌ನೊಳಗೆ ಒಂದೆರಡು ಸುತ್ತು ಬಂದು ನಾಣ್ಣನವರು ಕೂತಿರುವ ಬೆಂಚಿನ ಮೇಲೆ ಕೂತರು.

"ಏನು ವಿಶಯ? ಸಿದ್ಧ ಸಮಾಧಿ ಯೋಗ ಕ್ಲಾಸ್‌ಗೆ ಹೋಗಿದ್ದಿಯಾ?" ಶೀನ್ನ ನಾಣ್ಣನಿಗೆ ಪ್ರಶ್ನಿಸಿದ. ನಾಣ್ಣನ ಮುಖ ಎಂದಿನಂತೆ ಬಾಡಿರಲಿಲ್ಲ. ನಾಣ್ಣ ಹಸನ್ಮುಖರಾಗಿದ್ದರು. ಅವರಿಗೆ ಏನೋ ಒಂದು ಲಾಭ ಆದ ಹಾಗೆ ಕಾಣಿಸುತ್ತಿತ್ತು. ಅವರಿಗೆ ಡಿಪ್ರೆಶ್ಶನ್ ಆಗಿರಬಹುದು ಎಂದು ಯಾರೂ ಅಭಿಪ್ರಾಯ ಪಡಲಾರರು ಎನ್ನುವಂತೆ ಕಂಡರು. ನಾಣ್ಣನದು ತುಂಬಾ ಇಂಪ್ರೂಮೆಂಟ್ ಆಗಿದೆ ಎಂದು ಅನ್ನಿಸಿತು.

ಅದಕ್ಕಾಗಿಯೇ ನಾಣ್ಣ ಈಗ ಸಿದ್ಧ ಸಮಾಧಿಯೆಂಬ ಯೋಗದ ಅಭ್ಯಾಸವನ್ನು ಮಾಡಲು ಹೊರಟಿರಬೇಕು ಎಂದು ಶ್ರೀನಿವಾಸ ಶೆಣೈ ಅಂದಾಜು ಮಾಡಿದರು. ಈಗ ನಾಣ್ಣನಿಂದ ಸಿದ್ಧ ಸಮಾಧಿ ಯೋಗದ ಬಗ್ಗೆ ತಿಳಕೊಳ್ಳಬೇಕು ಎಂದುಕೊಂಡರು.

"ಹೋಗಿದ್ದೆ ಕಣೋ. ನನ್ನ ಪತ್ನಿ ಪದ್ಮ ಕೂಡ ನನ್ನೊಂದಿಗೆ ಬಂದಿದ್ದಳು. ಸಂಜೆ ೫ ರಿಂದ ೭ರ ತನಕ. ೩೦ ಮಂದಿ ಭಾಗವಹಿಸಿದ್ದರು. ಎಲ್ಲಾ ಸುಸೂತ್ರವಾಗಿ ನಡೆಯಿತು. ನನಗೆ ತುಂಬಾ ಲಾಭವಾಯಿತು." ಎಂದ ನಾಣ್ಣ.

"ಈ ಯೋಗದ ಬಗ್ಗೆ ನನಗೆ ಸ್ವಲ್ಪ ಹೇಳುತ್ತೀಯಾ? ಇದರ ಪ್ರಕ್ರಿಯೆಗಳೇನು? ಅದನ್ನು ಯಾವ ರೀತಿ ಮಾಡಬೇಕೆಂದು ನೀನು ನನಗೆ ತಿಳಿಸಿದರೆ ನಾನೂ ಅದೇ ರೀತಿ ನನ್ನ ಮನೆಯಲ್ಲಿ ಮಾಡಬಹುದಲ್ಲ?" ಶೀನ್ನ ಕೇಳಿದ.

"ಇಲ್ಲಪ್ಪಾ, ಹಾಗಾಗುವುದಿಲ್ಲ. ಈ ಸಿದ್ಧ ಸಮಾಧಿ ಯೋಗವನ್ನು ಪೇಟೆಂಟ್ ಮಾಡಿದ್ದಾರೆ. ಎಂದರೆ ನಾವು ಈ ಯೋಗ ಪದ್ಧತಿಯನ್ನು ಕಾಪಿ ಮಾಡಬಾರದು. ಈ ಯೋಗ ಪದ್ಧತಿಯನ್ನು ಋಷಿ ಪ್ರಭಾಕರ್ ಎಂಬವರು ಆವಿಷ್ಕಾರ ಮಾಡಿದರಂತೆ. ಇದರ

ಕಾಪಿರೈಟ್ ಅವರ ಕೈಯಲ್ಲಿ ಇದೆ. ಅವರ ಪರ್‌ಮಿಶನ್ ಇಲ್ಲದೆ ಯಾರೂ ಇದನ್ನು ಕಾಪಿಮಾಡಿ ಹಂಚುವಂತಿಲ್ಲ. ಅವರು ಇದರ ಆವಿಷ್ಕಾರ ಮಾಡಿದ್ದು ಭಾರತದಲ್ಲಿ ಅಲ್ಲ. ಬೇರೆ ಹೊರ ದೇಶದಲ್ಲಿ. ಅವರ ವ್ಯಾಪಾರ ಸಂಸ್ಥೆಯ ಹೆಸರು ಋಷಿಸಂಸ್ಕೃತಿ ವಿದ್ಯಾಕೇಂದ್ರ. ಇದರ ನಿಯಮಗಳಿಗೆ ತಾನು ಒಪ್ಪುತ್ತೇನೆಂದು ಇದರಲ್ಲಿ ಭಾಗವಹಿಸುವವರು ಮೊದಲು ಒಪ್ಪಿಗೆ ಪತ್ರಕ್ಕೆ ಸಹಿಹಾಕಿ ಅವರಿಗೆ ನೀಡಬೇಕು. ಈ ಕೋರ್ಸಿಗೆ ಇಂತಿಷ್ಟೇ ಫೀಸು ಕೊಡಬೇಕು. ಇದರ ನಿಯಮಗಳ ಪ್ರಕಾರ ನಾವು ಎಂದರೆ ಈ ಕೋರ್ಸಿನಲ್ಲಿ ಭಾಗವಹಿಸುವವರು ಇದರ ವಿವರಗಳ ಬಗ್ಗೆ ಅಥವಾ ವಿಧಿವಿಧಾನಗಳ ಬಗ್ಗೆ ಇನ್ನೊಬ್ಬರಿಗೆ ಹೇಳಬಾರದು. ಪ್ರಚಾರ ಮಾಡಬಾರದು. ಹೀಗೆ ಮಾಡಿದರೆ ಅದು ಕಾನೂನು ಬಾಹಿರವಾಗುತ್ತದೆ. ಹಾಗಾಗಿ ನಿನಗೆ ಹೆಚ್ಚಿನ ಆಸಕ್ತಿ ಇದ್ದರೆ ನೀನೇ ಖುದ್ದಾಗಿ ಈ ತರಬೇತಿಯಲ್ಲಿ ಭಾಗವಹಿಸಬೇಕು." ಎಂದರು ನಾಣ್ಣ.

"ಏನಯ್ಯಾ ಇದು? ಯೋಗವನ್ನು ಕೂಡ ವ್ಯಾಪಾರ ಮಾಡುತ್ತಾರಲ್ಲ? ಹಿಂದೂದೇಶದ ಪ್ರಾಚೀನ ಸ್ವತ್ತು ಯೋಗ, ಪ್ರಾಣಾಯಾಮ ಇತ್ಯಾದಿ. ಇವುಗಳು ನಮಗೆಲ್ಲರಿಗೂ ಶುಲ್ಕ ತೆರದೇ ಸಿಗಬೇಕು. ಇದರಲ್ಲಿ ವ್ಯಾಪಾರ ಮಾಡುವವರನ್ನು ಹಾಗೆ ಮಾಡಲು ಬಿಡುವ ನಮ್ಮ ಸರಕಾರ ನಿದ್ರೆ ಮಾಡುತ್ತಿದೆಯೇ? ನಿಮ್ಮಂಥವರು ಈ ವ್ಯಾಪಾರದಲ್ಲಿ ಭಾಗವಹಿಸಿ ಪ್ರೋತ್ಸಾಹ ನೀಡುತ್ತಿದ್ದೀರಲ್ಲ? ಇದು ಸರಿಯೇ?" ಎಂದು ಶಿನ್ನ ಉದ್ಗಾರ ತೆಗೆದರು.

"ಇದರಲ್ಲಿ ತಪ್ಪಿಲ್ಲ ಶಿನ್ನ. ಯಾಕೆಂದರೆ ಈ ತರಗತಿಗಳು ತೀರಾ ಭಿನ್ನ. ಉದಾಹರಣೆಗೆ ಬೇರೆ ಬೇರೆ ಜನರಿಗೆ ಧ್ಯಾನದ ಅನುಭವ ಬೇರೆ ಬೇರೆ ಇದೆಯೋ ಇಲ್ಲವೋ? ಅದಕ್ಕನುಸಾರವಾಗಿ ಈ ತರಬೇತಿಯಲ್ಲಿ ಧ್ಯಾನವನ್ನು ಅವರವರ ವೈಯಕ್ತಿಕ ಅನುಭವದ ಪ್ರಕಾರ ಮಾಡಿಸಲಾಗುವುದು. ನೀವು ನಿಮ್ಮ ಅರಿವಿನ ಪರಿಧಿಯನ್ನು ವಿಸ್ತರಿಸಿಕೊಳ್ಳಬೇಕಾಗುತ್ತದೆ. ಪ್ರಾಣಾಯಾಮ, ಪ್ರಾರ್ಥನೆ, ಧ್ಯಾನಗಳೆಲ್ಲ ಎಷ್ಟು ಮುಖ್ಯವೋ ಅಷ್ಟೇ ನಮ್ಮ ಅರಿವನ್ನು ಬದಲಿಸಿಕೊಂಡರೆ ಆಯಿತು. ಈ ಸಿದ್ಧ ಸಮಾಧಿ ಯೋಗದಲ್ಲಿ ಮುಖ್ಯವಾಗಿ ನಾವು ನಮ್ಮ ಜೀವನ ಶೈಲಿಯ ಹಿನ್ನೆಲೆಯನ್ನು ಅರಿತು ಪುನರ್ವಿದ್ಯಾಭ್ಯಾಸ ಪಡೆಯುವುದು, ಬದುಕನ್ನು ಪೊಸಿಟಿವ್ಹಿಟಿಯತ್ತ ಕೊಂಡೊಯ್ಯುವುದು, ಇತ್ಯಾದಿಗಳನ್ನು ಮಾಡಲು ಪ್ರಯತ್ನ ಪಡುತ್ತೇವೆ. ಅಷ್ಟೇ." ಎಂದು ನಾಣ್ಣ ಸ್ವಲ್ಪ ಕಷ್ಟದಲ್ಲಿಯೇ ಋಷಿಸಂಸ್ಕೃತಿ ವಿದ್ಯಾಕೇಂದ್ರದ ನಿಯಮಗಳನ್ನು ಸಮರ್ಥಿಸಿಕೊಂಡ.

"ಆದರೂ ನೀನು ನನಗೆ ಈ ಸಿದ್ಧ ಸಮಾಧಿ ಯೋಗದ ಬಗ್ಗೆ ಏನೂ ಹೇಳಲು ಆಗುವುದಿಲ್ಲ ಅಲ್ಲವೇ?" ಶಿನ್ನ ಕೇಳಿದ.

"ಆಗುತ್ತದೆ. ಯಾಕಾಗುವುದಿಲ್ಲ? ಇಕೋ, ಕೇಳು, ಹೇಳುತ್ತೇನೆ." ನಾಣ್ಣ ತಾನು ತಂದ ಮಿನರಲ್ ವಾಟರ್ ಬಾಟ್ಲಿಯಿಂದ ಒಂದೆರಡು ಗುಟುಕು ನೀರನ್ನು ಬಾಯಲ್ಲಿ ತಗೊಂಡು ಕುಡಿದು, "ನೀರು ಬೇಕಾ?" ಎಂದು ಶಿನ್ನನನ್ನು ಕೇಳಿದ.

"ಬೇಡ" ಎಂದ ಶಿನ್ನ.

ನಿಜವಾಗಿ ನೋಡಿದರೆ ನಾಣ್ಣನಿಗೆ ಇದೆಲ್ಲ ಶಿನ್ನನಿಗೆ ಹೇಳಲು ಮನಸ್ಸಿರಲಿಲ್ಲ. ಏಕೆಂದರೆ ಈ ನೂತನ ಪದ್ಧತಿಯು ಆಧ್ಯಾತ್ಮಿಕವಾಗಿತ್ತು. ಇದರಲ್ಲಿ ಇಂಗ್ಲೀಷು ಭಾಷೆಯ ನೆಗೆಟಿವ್ಹಿಟಿ ಮತ್ತು ಪೊಸಿಟಿವ್ಹಿಟಿ ಎಂಬ ಹೊಸ ಶಬ್ಧಗಳು ಬಳಕೆಗೆ ಬರುತ್ತವೆ. ಆದರೂ ಈ ತನ್ನ ಸ್ನೇಹಿತನಿಗೆ ಇಲ್ಲವೆಂದು ಹೇಳಿ ಬೇಸರಪಡಿಸಲು ನಾಣ್ಣನಿಗೆ ಮನಸ್ಸಿರಲಿಲ್ಲ. ನಾಣ್ಣ ತನ್ನ ವ್ಯಾಖ್ಯಾನವನ್ನು ಶುರು ಮಾಡಿದ.

" ನೋಡು ಶಿನ್ನ. ನಮ್ಮಲ್ಲಿ ಕಲ್ಪನೆಗಳು ಭ್ರಮೆಗಳು ಸಾವಿರಾರು ಇವೆ ತಾನೆ? ಇವುಗಳು ನಮ್ಮನ್ನು ಕಾಡುತ್ತವೆ. ಎಂದರೆ ನಮಗೆ ಅಹಿತಾನುಭವ ಕೊಡುತ್ತವೆ. ಇವುಗಳನ್ನು ಹಿತಾನುಭವಗಳಾಗಿ ಮಾಡುವುದು ಹೇಗೆ ಎಂದು ಸಿದ್ಧ ಸಮಾಧಿ ಯೋಗ ನಮಗೆ ತೋರಿಸಿಕೊಡುತ್ತದೆ. ಅರ್ಥವಾಯಿತಾ?"

ಶಿನ್ನ ತಲೆ ಅಲ್ಲಾಡಿಸಿದ ಆಯಿತು ಎನ್ನುವ ಹಾಗೆ.

"ಈ ತರಬೇತಿಯಿಂದ ನಾನು ಎಲ್ಲವನ್ನೂ ಪಡೆಯುತ್ತೇನೆ. ನನ್ನ ಜೀವನದಲ್ಲಿ ಚೈತನ್ಯವನ್ನು ತುಂಬಿಕೊಳ್ಳುತ್ತೇನೆ. ನನಗೆ ಅರಿವಾಗದಂತೆ ನಾನು ನನ್ನ ಜೀವನಶೈಲಿಯನ್ನು ಬದಲಾಯಿಸಿಕೊಳ್ಳುತ್ತೇನೆ. ಪ್ರಪಂಚದಲ್ಲಿ ಎಲ್ಲರೂ ನನ್ನವರೇ ಎಂದು ಒಪ್ಪಿಕೊಳ್ಳುತ್ತೇನೆ. ಈ ತರಬೇತಿ ನನ್ನಲ್ಲಿರುವ ಶಕ್ತಿಯನ್ನು ನನಗೆ ತೋರಿಸಿಕೊಡುತ್ತದೆ. ಇದರಿಂದ ನನಗೆ ಅತ್ಯುತ್ತಮವಾದ ಆರೋಗ್ಯ ಮತ್ತು ಜೀವನದಲ್ಲಿ ಉತ್ಸಾಹ ದೊರಕಿದೆ." ನಾಣ್ಣನಿಗೆ ನಿಜವಾಗಿ ಇದೆಲ್ಲ ಆಗಿದೆಯೋ ಎಂದು ಕಿಂಚಿತ್ ಸಂಶಯಕೂಡ ಇರಲಿಲ್ಲ ಎಂಬಂತೆ ಅವನು ಇದನ್ನೆಲ್ಲಾ ಶಿನ್ನನಿಗೆ ಹೇಳಿದನು. ಶಿನ್ನನು ತಲೆಯಲ್ಲಾಡಿಸಿದನು.

"ಈ ತರಬೇತಿಯಿಂದ ನಾನು ಅರಿತದ್ದೇನೆಂದರೆ, ನಾವೆಲ್ಲರೂ ಸಮಾನರು. ಪ್ರೀತಿಯ ಭಾವ ಪ್ರತಿಯೊಂದು ಜೀವದಲ್ಲೂ ಹುಟ್ಟುತ್ತದೆ. ಮತೀಯ ಘರ್ಷಣೆ, ಧರ್ಮಾಂಧತೆ, ಸಂಪ್ರದಾಯದ ಹೆಸರಿನ ಮೌಢ್ಯಗಳಿಂದ ಬಿಡುಗಡೆ ದೊರಕುತ್ತದೆ. ಸಾಮಾಜಿಕ ಜವಾಬ್ದಾರಿ ಎಂದರೆ ಏನು ಎಂದು ಅರಿವಾಗುತ್ತದೆ. ತಪ್ಪು ಇರುವುದು ನಮ್ಮಲ್ಲೇ ಎಂಬ ಅರಿವಾಗಿ ಇನ್ನೊಬ್ಬರ ತಪ್ಪುಗಳನ್ನು ತೋರಿಸುವ ಪ್ರವೃತ್ತಿ ಕಡಿಮೆಯಾಗುತ್ತದೆ. ಕೊನೆಗೆ ನಿಮ್ಮ ಅಶಾಂತಿ, ಖಿನ್ನತೆ, ಆತಂಕ, ಭಯಗಳು ಮಾಯವಾಗುತ್ತವೆ. ಜ್ಞಾಪಕ ಶಕ್ತಿಯಲ್ಲಿ ಹೆಚ್ಚಳ, ಸೃಜನಶೀಲತೆಯಲ್ಲಿ ಉತ್ಸಾಹ ಹಾಗೂ ಹೆಚ್ಚು ನಿದ್ದೆ ಮಾಡಿದ ಮೇಲೆ ಬರುವಂತಹ ವಿಶ್ರಾಂತಿ ನಿಮ್ಮ ದೇಹ ಮತ್ತು ಮನಸ್ಸಿಗೆ ಸಿಗುತ್ತವೆ."

ಶ್ರೀನಿವಾಸ ಶೆಣೈ ಇದನ್ನೆಲ್ಲಾ ಕಿವಿಕೊಟ್ಟು ಕೇಳಿಸಿಕೊಂಡರು. ಆದರೂ ಅವರ ಮನಸ್ಸಿನಲ್ಲಿ ಕೆಲವೊಂದು ಪ್ರಶ್ನೆಗಳು ಎದ್ದುವು.

"ಥೇಂಕ್ಸ ನಾಣ್ಣ. ನೀನು ನನಗಾಗಿ ಈ ತರಬೇತಿಯ ಬಗ್ಗೆ ವಿವರಿಸಿ ನನ್ನ ತಿಳುವಳಿಕೆಯನ್ನು ಹೆಚ್ಚಿಸಿದ್ದಿ. ಥೇಂಕ್ಸ್ ತುಂಬಾ ಥೇಂಕ್ಸ್." ಎಂದರು.

"ನೋ ಮೆನ್ಶನ್" ಎಂದ ನಾಣ್ಣ.

ಶಿನ್ನನಿಗೆ ಇನ್ನೂ ಏನು ಕನ್‌ಫ್ಯೂಝನ್ ಎಂದರೆ ಇವನಿಗೆ ಇದೆಲ್ಲಾ ಯಾಕೆ ಬೇಕಾಗಿತ್ತು ಎಂದು. "ನೋಡು ನಾಣ್ಣ, ನೀನು ಇಷ್ಟು ಬುಧ್ಧಿವಂತ ಡಾಕ್ಟರ್. ಆದರೆ ನೀನು ಎಲ್ಲರೂ ಮಾಡಿಸಿಕೊಂಡಂತೆ ಬೈಪಾಸ್ ಸರ್ಜರಿ ಯಾಕೆ ಮಾಡಿಸಿಕೊಂಡಿಲ್ಲ?" ಎಂದು ಕೇಳಿದ.

ನಾಣ್ಣನಿಗೆ ಇದೇ ಪ್ರಶ್ನೆಯನ್ನು ಎಲ್ಲರೂ ಕೇಳಿದ್ದಾರೆ. ಅದಕ್ಕೆ ಅವರಿಗೆ ಉತ್ತರಕೊಡಲೂ ಕಷ್ಟವಾಗುತ್ತದೆ. "ಅದೊಂದು ದೊಡ್ಡ ಕಥೆ. ಅದು ನಿಮಗೆ ಬೇಡ. ಅದನ್ನೆಲ್ಲಾ ಮರೆತು ಬಿಡಿ" ಎನ್ನುವರು. ಆದರೆ ಶಿನ್ನ ಅವರಿಗೆ ಒಬ್ಬ ಒಳ್ಳೆಯ ವ್ಯಕ್ತಿ ಎಂಬ ನಂಬಿಕೆ ಇತ್ತು. ಇವನು ನನಗೆ ತಮಾಷೆ ಮಾಡಲು ಈ ರೀತಿ ಪ್ರಶ್ನೆ ಮಾಡುತ್ತಾನೆ ಎಂದು ಅವರಿಗೆ ಅನಿಸಲಿಲ್ಲ.

ಸ್ವಲ್ಪ ಹೊತ್ತಿನ ಮೇಲೆ ನಾಣ್ಣ ಪ್ರಾರಂಭಿಸಿದರು.

"ನೋಡು ಆ ದಿನ ನಾನು ಮನೆಗೆ ಮರಳಿದ ಮೇಲೆ ಮೌನವ್ರತವನ್ನು ಪ್ರಾರಂಭಿಸಿದೆನೆಂದೆನಲ್ಲಾ? ನಾನು ಮೌನವಾಗಿಯೇ ಉಳಿದರೂ ನನ್ನೊಳಗೆ ಭಯ ಹುಟ್ಟಲು ಪ್ರಾರಂಭವಾಯಿತು. ಮರುದಿನ ಬೆಳಗಾಗುವಾಗ ನಾನು ಮಾನಸಿಕವಾಗಿ ಕುಸಿದಿದ್ದೆ. ಅಂಗಳಕ್ಕೆ ಇಳಿಯಲು ಭಯ. ಕಕ್ಕಸಿಗೆ ಹೋಗಲು ಭಯ. ಮುಖ ತೊಳೆಯಲು, ತಂಬಿಗೆ ಎತ್ತಲೂ ಭಯ. ಸ್ನಾನದ ಕೋಣೆಗೆ ಹೋಗಲಿರುವ ಮೆಟ್ಟಲುಗಳನ್ನು ಇಳಿದರೆ ಮತ್ತೆ ಮೇಲೆ ಏರಿ ಬರುವುದು ತರವಲ್ಲ ಎಂಬ ಭಯ."

ಶಿನ್ನನಿಗೆ ತಡಿಯಲಾಗಲಿಲ್ಲ. "ನೀನು ಆಸ್ಪತ್ರೆಗೆ ಹೋಗಿ ಸೇರಿಕೊಳ್ಳಬಹುದಿತ್ತಲ್ಲ ನಾಣ್ಣ?" ಎಂದು ಕೇಳಿದರು. ನಾಣ್ಣನಿಗೆ ಸ್ವಲ್ಪ ಸಿಟ್ಟು ಬಂತು. ಮತ್ತೆ ವಿವರಿಸಿದರು.

"ನನ್ನ ಮಗನು ಕೂಡ ಅದೇ ಸಲಹೆ ಮಾಡಿದ. ಮನೆಯವರೆಲ್ಲರೂ ಅದೇ ಸಲಹೆ ಕೊಟ್ಟರು. ಆದರೆ ಏನೂ ಆಗುವುದಿಲ್ಲ ಎಂದು ಹೇಳಿದೆ. ಆಸ್ಪತ್ರೆಗೆ ಹೋಗುವುದು ಬೇಡ. ವಿವಿಧ ಪರೀಕ್ಷೆಗಳನ್ನು ಮಾಡಿಸುವುದು ಬೇಡ. ಬೈಪಾಸ್ ಮಾಡಿಸಿಕೊಳ್ಳುವುದು ಬೇಡ ಎಂಬ ನಿಶ್ಚಯ ನನ್ನದು. ಅದಕ್ಕೆ ವಿರೋಧವಾಗಿ ನಾನು ಇದನ್ನೆಲ್ಲಾ ಮಾಡಿಸಿಕೊಳ್ಳಬೇಕೆನ್ನುವವರು ನನ್ನ ಆಪ್ತರು. ಎಂದರೆ ನನ್ನ ಪ್ರೀತಿಯ ಪತ್ನಿ, ವೈದ್ಯನಾದ ಮಗ, ಸೊಸೆ ಇತ್ಯಾದಿ."

ಶಿನ್ನನಿಗೆ ಈಗ ಪುನಃ ತಡಿಯಲಾಗಲಿಲ್ಲ. "ಹಾಗಾದರೆ ನೀನು ಅವರ ಸಲಹೆಯನ್ನು ಏಕೆ ಧಿಕ್ಕರಿಸಿದೆ?"

ನಾಣ್ಣ ತಕ್ಷಣ ಉತ್ತರಿಸಿದ. "ತಾಳು, ಹೇಳುತ್ತೇನೆ. ಅದು ಎರಡನೇ ದಿನ. ನನಗೆ ನನ್ನ ಮನೆ ನನ್ನದಲ್ಲದ್ದು ಅನಿಸಿತು. ಆಸ್ಪತ್ರೆಯೇ ನನ್ನದು ಅನಿಸಿ ನನ್ನ ಮಗನಿಗೆ ನನ್ನನ್ನು ಆಸ್ಪತ್ರೆಗೆ ಕರಕೊಂಡು ಹೋಗು ಎಂದೆ. ಡಾ. ಮುರಾರಿ ಅವರ ವಾರ್ಡ್‌ನಲ್ಲೇ ಎಡ್ಮಿಟ್

ಆದೆ. ಅವರು ನನಗೆ ಹೆಪಾರಿನ್ ಇಂಜೆಕ್ಷನ್ ಕೊಡಿಸಿದರು. ಆತಂಕ ಕಡಿಮೆಯಾಗುವ ಮಾತ್ರೆ ನುಂಗಿಸಿದರು. ನಾನು ಆಸ್ಪತ್ರೆಯಲ್ಲಿ ಎಂಟು ದಿನ ಇದ್ದೆ. ನಿತ್ಯವೂ ಈಸೀಜಿ. ನನ್ನನ್ನು ಇಂಟೆನ್ಸಿವ್ ಕೇರ್ ಘಟಕದಲ್ಲಿ ಸೇರಿಸಲಿಲ್ಲ. ಇದು ಒಂದು ನನ್ನ ಸೌಭಾಗ್ಯ ಅನಿಸಿತು."

ಶಿನ್ನನಿಗೆ ತಾನು ಮೆಡಿಕಲ್ ಸಾಹಿತ್ಯಗಳನ್ನು ಓದಿದ್ದು ನೆನಪಿಗೆ ಬಂತು. ಇವನ ನಾಡಿಯ ಪ್ರಮಾಣ, ರಕ್ತದ ಒತ್ತಡದ ಪ್ರಮಾಣ ಮತ್ತು ರಕ್ತ ಪರೀಕ್ಷೆಯ ರಿಪೋರ್ಟು ಹೇಗಿತ್ತೋ ಎಂದು. ಕೂಡಲೇ ಅದನ್ನು ಕೇಳಿದ.

"ನಾಣ್ಣ ಈಗ ಹೇಳು. ನಿನ್ನ ಪಲ್ಸ್ ಬ್ಲಡ್‌ಪ್ರೆಶರ್ ಇತ್ಯಾದಿಗಳು ಹೇಗಿದ್ದುವು?"

"ನನ್ನ ಪಲ್ಸ್ ಬಗ್ಗೆ ನನಗೆ ನೆನಪಿಲ್ಲ. ಆದರೆ ನನ್ನ ಬ್ಲಡ್ ಪ್ರೆಶರ್ ೧೫೦/೯೦ ಇತ್ತಂತೆ."

ಇದನ್ನು ಕೇಳಿ ಶಿನ್ನನಿಗೆ ಇದು ನಾರ್ಮಲ್ ಅಲ್ಲ ಅನಿಸಿತು. ೧೫೦/೯೦ ಎಂದರೆ ಸಿಸ್ಟೋಲಿಕ್ ಪ್ರೆಶರ್ ೧೫೦ ಮಿಲ್ಲಿಮೀಟರ್ ಹೆಚ್‌ಜಿ ಮತ್ತು ಡಯಾಸ್ಟೋಲಿಕ್ ಪ್ರೆಶರ್ ೯೦ ಮಿಲ್ಲಿಮೀಟರ್ ಹೆಚ್‌ಜಿ. ಇದು ಹಾರ್ಟ್ ಇನ್‌ಫಾರ್ಕಶನ್‌ನ ಲಕ್ಷಣ ಅಲ್ಲ. ಇದು ಹೈ ಬ್ಲಡ್ ಪ್ರೆಶರ್ ಕಾಯಿಲೆಯ ಲಕ್ಷಣ ಎಂದು ಅನಿಸಿತು. ನಮ್ಮ ನಾಣ್ಣನಿಗೆ ಸಿಸ್ಟೋಲಿಕ್ ಪ್ರೆಶರ್ ೧೪೦ಕ್ಕಿಂತ ಕಡಿಮೆ ಇರಬೇಕಾಗಿತ್ತು. ಮತ್ತು ಡಯಾಸ್ಟೊಲಿಕ್ ಪ್ರೆಶರ್ ೮೦ಕ್ಕಿಂತ ಕಡಿಮೆ.

ಶಿನ್ನ ಕೇಳಿದ, "ನಿನ್ನ ಹೃದಯದ ಗಾತ್ರದ ಬಗ್ಗೆ ಏನಾದರೂ ಪರೀಕ್ಷೆ ಮಾಡಿದರೋ? ಏಕೆಂದರೆ ನಿನಗೆ ಗೊತ್ತುಂಟಲ್ಲ? ಹೈ ಬ್ಲಡ್ ಪ್ರೆಶರ್ ಕಾಯಿಲೆ ತುಂಬಾ ಸಮಯ ಇದ್ದಿದ್ದರೆ ನಿನ್ನ ಹೃದಯದ ಗಾತ್ರ ಹೆಚ್ಚಾಗಿರಬಹುದು. ಅದಕ್ಕೇ ಕೇಳಿದೆ."

ನಾಣ್ಣ ಉದ್ವೇಗಿತನಾದ. ಎಲಾ ಇವನ! ಇವನಿಗೆ ಎಲ್ಲಾ ಗೊತ್ತಿರುವಂತೆ ಇದೆಯಲ್ಲ, ಎಂದು. ಆದರೂ ತಾಳ್ಮೆ ಕಳಕೊಳ್ಳದೇ ಉತ್ತರಿಸಿದ. "ಹಾಗಲ್ಲ ಶಿನ್ನ. ನನ್ನಲ್ಲಿ ಹೃದ್ರೋಗದ ಯಾವ ಅಂಶವೂ ಇರಲಿಲ್ಲ. ನನ್ನ ಜೀವನ ಶೈಲಿಯೇ ಒತ್ತಡದ ಶೈಲಿಯಾಗಿತ್ತು. ಇದು ನನಗೆ ಮೊದಲು ಹೊಳೆದಿರಲಿಲ್ಲ. ಈ ಎಪಿಸೋಡ್ ಆದ ಬಳಿಕ ತಿಳಿಯಿತು" ಎಂದ. "ಹೀಗಾಗಿ ನನಗೆ ಬೇರೆ ಏನೂ ಪರೀಕ್ಷೆ ಬೇಕಾಗಲಿಲ್ಲ. ನನ್ನ ಕಂಡೀಶನ್ನು ಸುಧಾರಿಸಿದೆ ಎಂದು ನಾನು ಮನೆಗೆ ಮರಳಿದೆ. ಆಸ್ಪತ್ರೆಯಲ್ಲಿ ಎಂಟು ದಿನ ಯಾವ ರೀತಿ ನನ್ನನ್ನು ನೋಡಿಕೊಳ್ಳುತ್ತಿದ್ದರೋ ಅದೇ ರೀತಿ ನಾನು ಮನೆಯಲ್ಲಿಯೇ ಇದ್ದು ನೋಡಿಕೊಂಡೆ. ನಾಲ್ಕು ಹೆಜ್ಜೆ ನಡೆಯುವ ಹಾಗಿಲ್ಲ. ನಡೆದರೆ ಸುಸ್ತು. ಮಲಗಿದರೆ ನಿದ್ದೆ ಇಲ್ಲ. ಮಂಪರು. ಮಾತ್ರೆಗಳ ಪರಿಣಾಮ. ರಾತ್ರಿಗಳನ್ನು ಕಳೆಯುವುದೆಂದರಂತೂ ಒಂದು ರಾತ್ರಿ ಒಂದು ವರುಷದಂತೆ ಭಾಸವಾಗುತ್ತಿತ್ತು. ಪತ್ರಿಕೆ, ಪುಸ್ತಕ ಬಿಡಿಸಿ ಓದೋಣ ಎಂದರೆ ಅನಾಸಕ್ತಿ. ಅವರಿವರು ಬಂದರೆ ತುಸು ಮಾತನಾಡಿಸಿದರೆ ಸಂತೋಷ. ಅವರ ನಿರ್ಗಮನದ ಜೊತೆಗೆ ಮತ್ತೆ ಅನಾಥತೆ."

ಇದನ್ನು ಕೇಳಿ ಶಿನ್ನನಿಗೆ "ಅಯ್ಯೋ ಪಾಪ, ಇವನಿಗೆ ಹೀಗಾಗ ಬಾರದಿತ್ತು" ಎಂದೆನಿಸಿತು. ಸ್ವಗತದಲ್ಲಿ ಹಾಗೆ ಹೇಳಿದನು ಕೂಡ.

ನಾಣ್ಣ ಮುಂದುವರಿಸಿದ. "ನಾವು ಬದುಕುವುದು ಎಂದರೇನು? ಪ್ರತಿಕ್ಷಣವೂ ಬದುಕಿರುವಂತೆ ನೋಡಿಕೊಳ್ಳುವುದು. ಪ್ರತಿಯೊಂದು ಉಸಿರಾಟವೂ ನಮಗೆ ಹೇಗೆ ಮುಖ್ಯವೋ ಹಾಗೆಯೇ ಪ್ರತಿ ಕ್ಷಣವೂ 'ಇದು ನನ್ನದು, ಇದು ನನ್ನದು' ಎಂಬಂತಾದರೆ ಮಾತ್ರ 'ನನ್ನದು' ಎಂಬ ಭಾವನೆ ಬರುತ್ತದೆ. ಏನಂತಿ?"

ಶಿನ್ನನಿಗೆ ತಕ್ಷಣ ಈ ಪ್ರಶ್ನೆಗೆ ಉತ್ತರ ಕೊಡಲಾಗಲಿಲ್ಲ. "ಅಸ್ವಸ್ಥನಾದಾಗ ಪ್ರತಿಯೊಬ್ಬನ ಮನಸ್ಸೂ ಹೀಗೆ ಅಸ್ವಸ್ಥವಾಗಿರುತ್ತದೆಯೋ? ನಿನಗೆ ಪೋಸ್ಟ್ ಮಯೋಕಾರ್ಡಿಯಲ್ ಇನ್‌ಫಾರ್ಕಶನ್ ಡಿಪ್ರೆಶ್ಯನ್ ಆಗಿತ್ತೋ ಹೇಗೆ?" ಎಂದು ಕೇಳಿದ.

ನಾಣ್ಣನಿಗೆ ತನ್ನ ಸ್ನೇಹಿತ ಪರವಾಗಿಲ್ಲ ಅನಿಸಿತು. ಇವನು ಮೆಡಿಕಲ್ ಪುಸ್ತಕಗಳನ್ನು ಚೆನ್ನಾಗಿ ಓದಿದ್ದಾನೆ ಅನಿಸಿತು. "ನೋಡು ಶಿನ್ನ. ನೀನು ಹೇಳಿದ್ದು ನೂರಕ್ಕೆ ನೂರು ಸರಿಯಾಗಿದೆ. ನನಗೆ ಯಾವ ಹೊತ್ತೂ ಮತ್ತೆ ಹೃದಯಾಘಾತವಾಗಿ ನಾನು ಸಾಯುತ್ತೇನೋ ಎಂಬ ಭಯ ಕಾಡಿತು. ನಾನು ಬದುಕಬೇಕು ಎಂಬ ತುಡಿತ ಆವರಿಸಿತು. ಇರುವುದೆಲ್ಲವೂ ನನ್ನದೇ ಆದರೂ ನಾನು ಸತ್ತರೆ ಇವುಗಳೆಲ್ಲಾ ನನ್ನದಲ್ಲದ್ದು ಆಗುತ್ತದೆಯಲ್ಲ ಎಂಬ ಮನಃಸ್ಥಿತಿ ಅದಾಗಿತ್ತು."

"ಈ ಆತಂಕ ಹೋಗಲಾಡಿಸಲು ನೀನು ರೆಸ್ಟಿಲ್ ಮಾತ್ರೆಗಳನ್ನು ತಗೊಳ್ಳುತ್ತಿದ್ದಿಯಲ್ಲ? ಅದರಿಂದ ಪ್ರಯೋಜನ ಆಗಿಲ್ಲವೋ ಏನು?" ಶಿನ್ನ ಸಹಜವಾಗಿಯೇ ಕೇಳಿದ.

"ಇಲ್ಲ. ನನಗೆ ಸರಿಯಾಗಿ ನಿದ್ರೆ ಬೀಳುತ್ತಿರಲಿಲ್ಲ. ವೈದ್ಯ ವಿಜ್ಞಾನದ ಅರಿವು ಇದ್ದ ಕಾರಣ ನಾನು ಹೆಚ್ಚು ಮಾತ್ರೆಗಳನ್ನು ತಗೊಂಡಿಲ್ಲ. ಕೆಲವು ಸಲ ಎರಡೆರಡು ಮಾತ್ರೆಗಳನ್ನು ನುಂಗಿದೆ. ಯಾಕೆಂದರೆ ಅನಿದ್ರೆಯ ಕರಾಳ ರಾತ್ರಿಗಳನ್ನು ಕಳೆಯುವುದೆಂದರೆ ಯಾರಿಗೂ ಬೇಡ." ನಾಣ್ಣ ಮುಂದುವರಿಸಿದ. "ನನ್ನ ಸುತ್ತು ಮುತ್ತಲಿನ ಮಂದಿ ಎಲ್ಲಾ ಸುಖನಿದ್ರೆ ಮಾಡುವಾಗ 'ಅಯ್ಯೋ ನನಗೆ ಈ ಭಾಗ್ಯ ಇಲ್ಲವೇ' ಎಂಬ ನೋವು ಕಾಡುತ್ತಿತ್ತು. ಜೊತೆಗೆ ನಾನು ಒಬ್ಬಂಟಿ ಎಂಬ ಭಾವನೆ ಬರುತ್ತಿತ್ತು. ಇದರಿಂದ ನಾನು ಯಾರಾದರೊಬ್ಬ ಮನೋವೈದ್ಯನನ್ನು ಕಂಡರೆ ಹೇಗೆ ಎಂದು ವಿಚಾರ ಮಾಡಿದೆ. ಆದರೆ ಅವರು ಸಾಮಾನ್ಯವಾಗಿ ನೀಡುವ ರಾಸಾಯನಿಕ ಔಷಧಗಳ ಅಡ್ಡ ಪರಿಣಾಮಗಳು ನನ್ನನ್ನು ಸಿಗಿದು ಹಾಕಿ ಸುಟ್ಟು ಬಿಡುವುವೋ ಎಂಬ ಭಯವಾಗುತ್ತಿತ್ತು."

ಶಿನ್ನ ಯೋಚನೆ ಮಾಡತೊಡಗಿದ. ನಂತರ ನಿದಾನ ಹೇಳಿದ. "ನಾಣ್ಣ, ನಿನಗೆ ಆಯುರ್ವೇದ ಅಥವಾ ಹೊಮಿಯೋಪಥಿಯ ಔಷಧಗಳು ಸರಿ ಬೀಳುತ್ತಿದ್ದುವು."

"ಇಲ್ಲ. ನಾನು ಅವುಗಳನ್ನೂ ತಗೊಂಡೆ. ನನಗೆ ಅವುಗಳಿಂದ ನನ್ನ ಕಂಡೀಶನ್ನು ವಾಸಿಯಾಯಿತು ಎಂದು ತೋರಲಿಲ್ಲ." ಎಂದ ನಾಣ್ಣಿ ಪ್ರತ್ಯುತ್ತರವೆಂಬಂತೆ.

"ಹಾಗಾದರೆ ಸುಮ್ಮನಿದ್ದಿಯಾ?" ಶಿನ್ನ ಕೇಳಿದ.

"ಇಲ್ಲ. ನಾನು ಸುಮ್ಮನಿರುವವನೇ? ಎಲ್ಲಾದರುಂಟೆ? ನನ್ನ ಸ್ನೇಹಿತರೊಬ್ಬರು ಒಂದು ಪುಸ್ತಕವನ್ನು ತಂದು ಕೊಟ್ಟರು. ಅದನ್ನು ಕಷ್ಟಪಟ್ಟು ಓದಿದೆ. ಯಾಕೆಂದರೆ ನನಗೆ ಓದಲು ಕೂಡ ಆಸಕ್ತಿ ಇರಲಿಲ್ಲ ಎಂದು ಮೊದಲು ಹೇಳಿದ್ದೆನಲ್ಲ? ಆ ಪುಸ್ತಕ ನನ್ನಲ್ಲಿ ಅಡಗಿದ್ದ ಸುಪ್ತ ಮನಸ್ಸಿನ ಅದ್ಭುತ ಶಕ್ತಿಯನ್ನು ಕೆದಕಿ ಹೊಡೆದೆಬ್ಬಿಸಿತು. ಅದೇನು ಮಾಡಿತೆನ್ನುತ್ತಿಯೋ? ಅದು ಎಲ್ಲಾ ಮಾಡಿತು! ಅದನ್ನು ಓದಿದ ಮೇಲೆ ನನ್ನ ಕ್ಷಣಗಳು ನನಗೇ ಮರಳಿ ಬಂದುವು. ಇದೊಂದು ನಿಜವಾದ ಮ್ಯಾಜಿಕ್! ದೊಡ್ಡ ಮಾಯೆ!"

ನಾಣ್ಣಿ ತನ್ನ ಮಿನರಲ್ ವಾಟರ್ ಬಾಟ್ಲಿಯಿಂದ ಸ್ವಲ್ಪ ನೀರು ಬಾಯಲ್ಲಿ ಹಾಕಿದ. ಸ್ವಲ್ಪ ಕುಡಿದಾದ ಮೇಲೆ ಇನ್ನೂ ಸ್ವಲ್ಪ ಕುಡಿಯೋಣ ಅನಿಸಿತು. ಸರಿಯಾಗಿ ಒಂದರ್ಧ ಲೀಟರ್‌ನಷ್ಟು ಕುಡಿದ. 'ಹಾಯ್' ಎನಿಸಿತು. ಬಾಯಾರಿಕೆ ಬಂದಾಗ ನೀರೇ ಅಮೃತ. ಈಗ ನಾಣ್ಣಿ ಬಾಯಾರಿಕೆ ಬಂದರೆ ಮೊದಲಿನಂತೆ ಕಾಫಿ ಟೀ ಕುಡಿಯುತ್ತಿರಲಿಲ್ಲ. ಬಿಯರ್ ವೈನ್ ವಿಸ್ಕಿಗಳನ್ನು ಕುಡಿಯುವ ಅಭ್ಯಾಸವೇ ಇರಲಿಲ್ಲ ಈ ಸುಸಂಸ್ಕೃತ ವ್ಯಕ್ತಿಗೆ. ನೀರು ಕುಡಿದ ಮೇಲೆ ಸುಧಾರಿಸಿಕೊಂಡ ಹಾಗಾಯಿತು. ಶಿನ್ನ ಮಧ್ಯೆ ಬಾಯಿ ಹಾಕುವುದು ಬೇಡ ಎಂದು ಸುಮ್ಮನೆ ಕುಳಿತು ತನ್ನ ಸ್ನೇಹಿತ ಯಾವಾಗ ತನ್ನ ಮಾತನ್ನು ಮುಂದುವರಿಸುತ್ತಾನೆಂದು ಕಾದು ಕುಳಿತಿದ್ದ.

"ನಮ್ಮ ಮನಸ್ಸು ಎಂದರೆ ಏನು ಎಂದು ನನ್ನನ್ನು ಈ ಪುಸ್ತಕ ಕೇಳಿತು. ನನಗೆ ಈ ಪ್ರಶ್ನೆಗೆ ಉತ್ತರ ಹೊಳೆಯಲಿಲ್ಲ. ಮನಸ್ಸು ಎಂದರೆ ಏನಪ್ಪಾ? ತಕ್ಷಣ ಉತ್ತರಿಸಲು ಆಗಲಿಲ್ಲ." ಎಂದ ನಾಣ್ಣಿ.

"ಉಳಿದದ್ದು ನಾಳೆಗೆ. ಈಗ ಹೊತ್ತಾಯಿತು. ಕತ್ತಲೆ ಆಗಿದೆ. ಹೊರಡೋಣವೇ?" ಎನ್ನುತ್ತಾ ಶಿನ್ನ ಎದ್ದು ನಿಂತ. ನಾಣ್ಣಿನೂ 'ಹೂಂ' ಎಂದು ಎದ್ದ. ಇಬ್ಬರೂ ಪಾರ್ಕ್‌ನಿಂದ ನಿರ್ಗಮಿಸಿದರು.

೪. ಮನಸ್ಸಿನ ಮಾಯೆ

ಆ ದಿನ ರಾತ್ರಿ ಶಿನ್ನ ತನ್ನ ಹೆಂಡತಿಗೆ ಹೇಳಿ ಬೇಗ ಹಾಲು ಹಣ್ಣು ತಿಂದ. ಹಣ್ಣು ತಿನ್ನಲು ಕೂಡ ಶಿನ್ನನಿಗೆ ತನ್ನ ಹೆಂಡತಿಯ ಸಹಕಾರ ಬೇಕು. ಲಕ್ಷ್ಮಿ ಎರಡು ಮೂರು ಬಗೆಯ ಹಣ್ಣುಗಳನ್ನು ಸಿಪ್ಪೆ ತೆಗೆದು ಚೆನ್ನಾಗಿ ಹೆಚ್ಚಿ ಹೋಳುಗಳನ್ನಾಗಿ ಮಾಡಿ ದೊಡ್ಡ ಬೌಲ್ ನಲ್ಲಿ ಹಾಕಿ ಉಪ್ಪು ಕರಿಮೆಣಸು ಹುಡಿ ಎಲ್ಲಾ ಹಾಕಿ ತಂದು ಕೊಡುತ್ತಿದ್ದಳು. ಶೆಣೈಯವರಿಗೆ ಹಣ್ಣು ತಿನ್ನಲು ಇದು ತುಂಬಾ ಹಿತವಾಗುತ್ತಿತ್ತು.

ಇವತ್ತು ಅವರು "ಬೇಗ ಕೊಡು, ನನಗೆ ಸ್ವಲ್ಪ ಓದಲಿಕ್ಕೆ ಇದೆ" ಎಂದು ಲಕ್ಷ್ಮಿಯಿಂದ ಹಣ್ಣು ಮತ್ತು ಹಾಲನ್ನು ಸ್ವಲ್ಪ ಮುಂಚಿತವಾಗಿಯೇ ಬಡಿಸಿಕೊಂಡು ತಿಂದು ಹಾಲು ಕುಡಿದು ಬೆಡ್ ರೂಮಿಗೆ ಹೋದರು. ಅಲ್ಲಿ ಅವರ ಪುಸ್ತಕದ ಕಪಾಟಿನಲ್ಲಿ ಮನಸ್‌ಶಾಸ್ತ್ರದ ಪುಸ್ತಕ ಏನಿದೆ ಎಂದು ಹುಡುಕಿದರು. ಒಂದು ಪುಸ್ತಕ ಸಿಕ್ಕಿತು. ಅದನ್ನು ಓದಿದರು. ಅದು ಹಿಂದಿ ಭಾಷೆಯ ಪುಸ್ತಕ. ಅದನ್ನು ಇಲ್ಲಿ ಕನ್ನಡದಲ್ಲಿ ಕೊಡಲಾಗಿದೆ.

"ಮನುಷ್ಯನ ಈ ಜೈವಿಕ ಅಸ್ಥಿತ್ವ ಐದು ಕೋಶಗಳದ್ದಾಗಿದೆ. ಅವುಗಳೆಂದರೆ ಒಂದನೆಯದು 'ಅನ್ನಮಯ', ಎರಡನೆಯದು 'ಪ್ರಾಣಮಯ', ಮೂರನೆಯದು 'ಮನೋಮಯ', ನಾಲ್ಕನೆಯದು 'ವಿಜ್ಞಾನಮಯ' ಮತ್ತು ಐದನೆಯದು 'ಆನಂದಮಯ'. ಇವುಗಳಿಂದಲೇ ಮನುಷ್ಯ ತನ್ನ ಸರ್ವ ಪ್ರಕಾರದ ಕರ್ಮಗಳನ್ನೂ, ಉಪಾಸನೆಯನ್ನೂ, ವ್ಯವಹಾರಗಳನ್ನೂ ಉದಾಹರಣೆಗೆ ಜ್ಞಾನವನ್ನು ಗಳಿಸುವುದನ್ನೂ ಮಾಡುತ್ತಾನೆ.

"ಮನುಷ್ಯನಿಗೆ ಮೂರು ಬಗೆಯ ಶರೀರಗಳಿವೆ. ಸ್ಥೂಲಶರೀರ, ಸೂಕ್ಷ್ಮ ಶರೀರ ಮತ್ತು ಕಾರಣ ಶರೀರ.

"ಸ್ಥೂಲಶರೀರವು ಮಾಂಸ ಮಜ್ಜೆಗಳಿಂದ ಕೂಡಿದ ನಮಗೆ ಕಣ್ಣಿಗೆ ಕಾಣುತ್ತಿರುವ ಅನಾಟಮಿ ಶರೀರ. ಮೆಡಿಕಲ್ ಕಾಲೇಜುಗಳಲ್ಲಿ ಡಿಸೆಕ್ಷನ್ ಮಾಡಿ ವಿವಿಧ ಅಂಗಾಂಗಗಳನ್ನು ಪರೀಕ್ಷಿಸಿ ಕಂಡುಕೊಳ್ಳುವ ಶರೀರ.

"ಸೂಕ್ಷ್ಮ ಶರೀರವು ಪಂಚ ಪ್ರಾಣಗಳು, ಪಂಚ ಜ್ಞಾನೇಂದ್ರಿಯಗಳು, ಪಂಚ ಸೂಕ್ಷ್ಮ ಭೂತಗಳು, ಮನಸ್ಸು ಮತ್ತು ಬುದ್ಧಿ ಎಂಬ ಹದಿನೇಳು ತತ್ವಗಳನ್ನು ಒಳಗೊಂಡಿದೆ.

"ಪಂಚ ಪ್ರಾಣಗಳು ಈ ರೀತಿ ಇವೆ. ಶ್ವಾಸ ಹೊರಗೆ ಬರುವುದು ಪ್ರಾಣ, ಹೊರಗಿನ ಗಾಳಿ ಒಳಗೆ ಹೋಗುವುದು ಅಪಾನ. ಜಠರದಲ್ಲಿ ಉತ್ಪನ್ನವಾದ

ವಾಯುವನ್ನು ಸಮಾನ ಎನ್ನಬಹುದು. ನಾವು ತಿನ್ನುವಾಗ ಕುಡಿಯುವಾಗ ಬಲ ಪ್ರಯೋಗ ಮಾಡುವಾಗ ಹಿಂದೆ ಮುಂದೆ ಹೋಗುವ ವಾಯುವು ಉದಾನ. ಶರೀರದ ಇತರ ನಾನಾತರದ ವಾಯು ಸಂಚಾರಗಳು ವ್ಯಾನ ಎಂದು ಕಾಣುತ್ತದೆ.

"ಪಂಚ ಜ್ಞಾನೇಂದ್ರಿಯಗಳು ಹೀಗಿವೆ. ಕಣ್ಣು, ಕಿವಿ, ಮೂಗು, ನಾಲಿಗೆ ಮತ್ತು ಚರ್ಮ (ಸ್ಪರ್ಷ).

"ಪಂಚ ಕರ್ಮೇಂದ್ರಿಯಗಳು (ಆಧುನಿಕ ವಿಜ್ಞಾನದೊಳಗೆ) ಹೀಗಿವೆ. ಮೊದಲನೆಯದು ಹೃದಯ ಮತ್ತು ರಕ್ತನಾಳಗಳ ಜಾಲ. ಎರಡನೆಯದು ಶ್ವಾಸಕೋಶ, ಮೂಗು, ಗಂಟಲು ಶ್ವಾಸನಾಳಗಳು. ಮೂರನೆಯದು ಬಾಯಿ, ಅನ್ನನಾಳ, ಅನ್ನಕೋಶ, ಕರುಳುಗಳು, ಪಿತ್ತಕೋಶ, ಮೇದೋಜೀರಕ ಗ್ರಂಥಿ ಇತ್ಯಾದಿ, ನಾಲ್ಕನೆಯದು ಮಿದುಳು ಮತ್ತು ಅದರಿಂದ ಕೆಳಗಿಳಿದು ಬರುವ ಸ್ಪೈನಲ್ ಕಾರ್ಡ್, ವಿವಿಧ ನರಗಳು, ಕೈ ಕಾಲುಗಳು, ಮೂಳೆಗಳು, ಸಂಧಿಗಳು ಇತ್ಯಾದಿ. ಐದನೆಯದು ಜನನೇಂದ್ರಿಯಗಳು ಎಂದರೆ ಹೆಂಗಸಿನಲ್ಲಿರುವ ಗರ್ಭಾಶಯ, ಅಂಡಾಶಯ, ಮೂತ್ರಜನಕಾಂಗಗಳು ಇತ್ಯಾದಿ ಮತ್ತು ಗಂಡಸಿನಲ್ಲಿರುವ ತರಡುಬೀಳೆಗಳು ಇತ್ಯಾದಿ. ಇವುಗಳೆಲ್ಲ ಬಾಹ್ಯ ಕರಣಗಳು.

"ಮನಸ್ಸು ಮತ್ತು ಬುದ್ಧಿ ಅಂತಃಕರಣದಲ್ಲಿವೆ. ಅಂತಃಕರಣದಲ್ಲಿ ಚಿತ್ತ ಮತ್ತು ಅಹಂಕಾರಗಳೂ ಇವೆ. ಮನುಷ್ಯನು ಈ ಅಂತಃಕರಣದಲ್ಲಿ ಐದು ರೀತಿಯ ಸ್ಥಿತಿಗಳನ್ನು ಪಡೆಯುತ್ತಾನೆ. ಸಂಕಲ್ಪ, ವಿಕಲ್ಪ, ನಿಶ್ಚಯ, ಸ್ಮರಣ ಮತ್ತು ಅಭಿಮಾನ.

"ಸ್ಥೂಲವಾಗಿ ನಾವು ಅಂತಃಕರಣಕ್ಕೆ ಮನಸ್ಸು ಎನ್ನುತ್ತೇವೆ. ಈ ಅಂತಃಕರಣವು ಜೈವಿತ ಮಿದುಳಿನಲ್ಲಿ ಸಕ್ರಿಯವಾಗಿರುತ್ತದೆ. ಮೃತ ಮಿದುಳಿನಲ್ಲಿ ಇರುವುದಿಲ್ಲ. ಎಂದರೆ ನಾವು ಒಬ್ಬ ಮೃತದೇಹವನ್ನು ಕೊಯ್ದು ಅದರ ಮಿದುಳನ್ನು ಪರೀಕ್ಷೆ ಮಾಡಿದರೆ ಅದರಲ್ಲಿ ವಿವಿಧ ಬಣ್ಣದ ಜೈವಿಕ ಕಣಗಳು ತೋರುತ್ತವೆಯೇ ಹೊರತು ಅಂತಃಕರಣ ಕಾಣುವುದಿಲ್ಲ. ಮೃತ ದೇಹದಲ್ಲಿ ಶಾಖೋತ್ಪತ್ತಿ ಇಲ್ಲ. ಮೃತ ದೇಹದ ಉಷ್ಣತೆ ಗಾಳಿಯದ್ದೇ ಆಗಿರುತ್ತದೆ. ಸಜೀವ ದೇಹದಲ್ಲಿ ಉಷ್ಣತೆಯು ೩೭ ಡಿಗ್ರಿಗಳಾಗಿರುತ್ತದೆ. ಜೀವಿತ ಮಿದುಳಿನಲ್ಲಿ ಮಾತ್ರ ಅಂತಃಕರಣ ಇರುವುದು. ಮನಸ್ಸು ಅಂತಃಕರಣದ ಒಂದು ವೈಶಿಷ್ಟ್ಯ. ಅದು ಒಂದು ವಸ್ತು ಅಲ್ಲ. ಅದಕ್ಕೆ ಗಾತ್ರ ಇಲ್ಲ ಎಂದರೆ ಉದ್ದ, ಅಗಲ, ಎತ್ತರಗಳಿಲ್ಲ."

ಇಷ್ಟು ಓದುವಾಗ ಶೆಣೈಗೆ ನಮ್ಮ ಹಿಂದೂದೇಶದಲ್ಲಿ ನಾವು ಎಷ್ಟೆಲ್ಲಾ ವಿಜ್ಞಾನವನ್ನು ಆವಿಷ್ಕರಿಸಿದ್ದೇವೆ ಎಂದು ಗರ್ವ ಆಯಿತು. ಅವರು ಎದ್ದು ಬಚ್ಚಲು ಕೋಣೆಗೆ ಹೋಗಿ ಮೂತ್ರ ಹೊಯ್ದು ಬಂದರು. ಹಾಗೆಯೇ ಕೈ ತೊಳೆದುಕೊಂಡು ಮುಖಕ್ಕೆ ನೀರು ಚಿಮುಕಿಸಿ ಕಣ್ಣುಗಳನ್ನು ತೊಳೆದು ಬೈರಾಸಿನಿಂದ ಉಜ್ಜಿ ಒರೆಸಿಕೊಂಡರು. ಶ್ರೀನಿವಾಸನವರಿಗೆ ಓದಲು ಕನ್ನಡಕ ಬೇಕಾಗುತ್ತದೆ. ಕನ್ನಡಕದ ಕನ್ನಡಿಗಳನ್ನು ಅವರು ಆಗಾಗ್ಗೆ ಒರೆಸಿಕೊಳ್ಳುತ್ತಾರೆ. ಅವುಗಳನ್ನು ಶುಭ್ರವಾಗಿ ಇಡುತ್ತಾರೆ.

ಏಕೆಂದರೆ ಅವು ಶುಭ್ರವಾಗಿಲ್ಲವಾದರೆ ಕಣ್ಣಿಗೆ ವಿನಾಕಾರಣ ತ್ರಾಸ ಆಗುತ್ತದೆ ಎಂದು ಅವರಿಗೆ ಗೊತ್ತು. ಆಮೇಲೆ ಅವರು ಬೆಡ್ ರೋಮಿಗೆ ಬಂದು ಮಂಚದ ಮೇಲೆ ದಿಂಬಿಗೆ ಒರಗಿ ಕೂತುಕೊಂಡು ಪುನಃ ಓದಲು ಶುರು ಮಾಡಿದರು.

"ದೇಹದಲ್ಲಿನ ಪ್ರಾಣಗಳು, ಇಂದ್ರಿಯಗಳು, ಅಂತಃಕರಣದ ವಿಭಾಗಗಳು ಎಲ್ಲ ಸಜೀವತ್ವದಲ್ಲಿ ಸಕ್ರಿಯವಾಗಿರುತ್ತವೆ. ನಿರ್ಜೀವತ್ವದಲ್ಲಿ ಅಲ್ಲ. ಮನಸ್ಸು ಎಂಬುದು ಚಿತ್ತ, ಬುದ್ಧಿ, ಮತ್ತು ಅಹಂಕಾರಗಳಂತೆ ಶರೀರದೊಂದಿಗೆ ವಿಲೀನವಾಗಿದೆ.

"ಮನುಷ್ಯನಿಗೆ ಮೂರು ಸ್ಥಿತಿಗಳು. ಜಾಗೃತ, ಸ್ವಪ್ನ ಮತ್ತು ಸುಷುಪ್ತಿ. ಈಗಿನ ಮನಶ್ಶಾಸ್ತ್ರಜ್ಞರು ಇವುಗಳಲ್ಲಿ ಈದ್. ಇಗೊ ಮತ್ತು ಸುಪರ್ ಇಗೊ ಎಂದು ಇನ್ನೊಂದು ರೀತಿಯಲ್ಲಿ ಭಾವಗಳನ್ನು ವಿಂಗಡಿಸುತ್ತಾರೆ. ಜ್ಞಾನೇಂದ್ರಿಯಗಳಿಂದ ಪರಿಗ್ರಹಿಸಿದ ತಿಳುವಳಿಕೆಯನ್ನು ಮನಸ್ಸು, ಚಿತ್ತ, ಬುದ್ಧಿ ಮತ್ತು ಅಹಂಕಾರಗಳು ತನ್ನ ಸ್ಥಿತಿ ಎಂದರೆ ಜಾಗೃತ, ಸ್ವಪ್ನ ಅಥವಾ ಸುಷುಪ್ತ ಸ್ಥಿತಿಗನುಸಾರವಾಗಿ ದೇಹದ ವಿವಿಧ ಕರ್ಮಕಾರ್ಯಗಳನ್ನು ನಡೆಸಿಕೊಡುತ್ತವೆ. ಈದ್ ಎಂಬುದು ಅಹಂಕಾರಕ್ಕೆ ಅನ್ವಯಿಸಬಹುದೋ ಏನೋ. ಇಗೋವನ್ನು ಮನಸ್ಸು ಮತ್ತು ಬುದ್ಧಿಗೆ ಅನ್ವಯಿಸಿದರೆ ಚಿತ್ತವನ್ನು ಸುಪರ್ ಇಗೋಗೆ ಅನ್ವಯಿಸಬಹುದು.

"ಮನಸ್ಸು ಸುಪ್ತಾವಸ್ಥೆಯಲ್ಲಿದ್ದಾಗ ಅದು ಒಳಮನಸ್ಸು ಎಂದರೆ ಸಬ್‌ಕಾನ್‌ಶಿಯಸ್ ಮನಸ್ಸು. ಮನಸ್ಸು ವ್ಯಕ್ತ ಅವಸ್ಥೆಯಲ್ಲಿರುವಾಗ ಅದು ಹೊರಮನಸ್ಸು ಕಾನ್‌ಶಿಯಸ್ ಮನಸ್ಸು ಎಂದಾಗುತ್ತದೆ. ಇವುಗಳ ಮಧ್ಯದಲ್ಲಿ ಹೊರಗೂ ಅಲ್ಲ ಒಳಗೂ ಅಲ್ಲ ಎಂಬಂತೆ ಇರುವ ಅರೆ ಕಾನ್‌ಶಿಯಸ್ ಮನಸ್ಸು. ಇದು ಕೂಡ ನಮ್ಮ ವಿವಿಧ ಮನಸ್ಥಿತಿಗಳಿಗೆ ಕಾರಣವಾಗಬಹುದು.

"ಈದ್ ಎಂಬುದು ಬಾಲ್ಯದಲ್ಲಿ ಇರುತ್ತದೆ. ಈ ಹಂತದಲ್ಲಿ ನೈತಿಕತೆ ಮುಖ್ಯವಲ್ಲ. ತಿನ್ನುವುದು, ಉಣ್ಣುವುದು, ಕುಡಿಯುವುದು, ಶೌಚ ಮಾಡುವುದು, ಮೂತ್ರ ಹೊಯ್ಯುವುದು, ನಿದ್ರೆ ಮಾಡುವುದು ಇಷ್ಟೇ ಮುಖ್ಯವಾಗುತ್ತವೆ. ಇಗೋ ಎಂಬುದು ದೈನಂದಿನ ಆಶೆ ಆಕಾಂಕ್ಷೆಗಳನ್ನು ಬುದ್ಧಿಪೂರ್ವಕವಾಗಿ ಪಡೆದು ನೈತಿಕತೆಯ ಸ್ವರೂಪವನ್ನು ಬೆಳೆಸುತ್ತದೆ. ಸಂಸ್ಕಾರಗಳು ರೂಪುಗೊಳ್ಳುತ್ತವೆ. ಸುಪರ್ ಇಗೋ ಎಂಬುದು ನಮ್ಮ ಮನಸ್ಸಿನಲ್ಲಿ ಸಿದ್ಧಾಂತಗಳನ್ನು ತುಂಬುತ್ತದೆ. ನಮ್ಮ ಸಂಸ್ಕೃತಿಗೆ ಒತ್ತು ಕೊಡುತ್ತದೆ. ನಮ್ಮ ವೃತ್ತಿಯನ್ನು ನಾವು ಇದನ್ನು ಹೊಂದಿಸಿಕೊಂಡು ಆಯ್ದು ಕೊಳ್ಳುತ್ತೇವೆ. ಸಮಾಜದಲ್ಲಿ ನಮ್ಮ ದಾರಿಯನ್ನು ಮಾಡಿಕೊಳ್ಳುತ್ತೇವೆ."

ಇಷ್ಟು ಓದುವಷ್ಟರಲ್ಲಿ ಶಿನ್ನ ಇನ್ನು ಸಾಕೆಂದು ಪುಸ್ತಕ ಮಡಚಿಟ್ಟು ಲೈಟ್ ಆರಿಸಿ ಮಲಗಿಕೊಂಡರು.

೫. ಹೊರ ಮತ್ತು ಒಳ ಜಗತ್ತು

ಮರುದಿನ ಪಾರ್ಕಿನಲ್ಲಿ ತುಂಬಾಜನರು. ನಾಣ್ಣನಿಗೆ ಎರಡು ಸುತ್ತು ವಾಕಿಂಗ್ ಮಾಡಿ ಬಂದು ಬೆಂಚಿನ ಮೇಲೆ ಕೂತುಕೊಳ್ಳಲು ಖಾಲಿ ಬೆಂಚು ಸಿಗಲಿಲ್ಲ. ಹಾಗಾಗಿ ಅವರು ಲಾನ್ ಮೇಲೆ ಕೂಡಲು ಹೊರಟರೆ ಅಲ್ಲಿಯೇ ಇದ್ದ ಪಾರ್ಕಿನ ಸಿಬ್ಬಂದಿ ಬಂದು "ಸ್ವಾಮೀ ಇದರ ಮೇಲೆ ನೀವು ಕೂಡಲಿಕ್ಕೆ ಆಗುವುದಿಲ್ಲ" ಎಂದು ತಡೆದ. ಅಷ್ಟರಲ್ಲಿ ಅಲ್ಲಿಯೇ ಹತ್ತಿರ ಇದ್ದ ಒಂದು ಬೆಂಚಿನಿಂದ ಒಬ್ಬ ಹದಿಹರೆಯದ ಹುಡುಗ ಎದ್ದು ಹೋದ. ತಕ್ಷಣ ನಾಣ್ಣ ಇದನ್ನು ನೋಡಿದವರೇ ಖಾಲಿ ಜಾಗ ಹಿಡಿಯಲು ಓಡಿದರು. ಅಷ್ಟೊತ್ತಿಗೆ ಶಿನ್ನ ಕೂಡ ಅಲ್ಲೇ ಬಂದರು. ಇಬ್ಬರೂ ಹೇಗಾದರೂ ಮಾಡಿ ಅಡ್ಜೆಸ್ಟ ಮಾಡಿ ಕೂಡಲು ಪ್ರಯತ್ನ ಮಾಡಿದರು. ಇದನ್ನು ನೋಡಿ ಬೆಂಚಿನ ಇನ್ನೊಂದು ಸವಾರಿ ಮಧ್ಯವಯಸ್ಕನು ಎದ್ದು ಹೊರಟು ಹೋದ. ಈ ಇಬ್ಬರು ವೃದ್ಧರಿಗೆ ಕೂಡಲು ಜಾಗ ಮಾಡಿ ಕೊಟ್ಟು ಪುಣ್ಯಕಟ್ಟಿಕೊಂಡ.

"ಹೇಗಿದ್ದಿ ನಾಣ್ಣ, ಸೌಖ್ಯವೇ, ಆರಾಮೇ?" ಎಂದು ಕೇಳಿದ ಶಿನ್ನ ಎಂದಿನಂತೆ.

"ಪರವಾಗಿಲ್ಲ. ಇದ್ದೇನೆ. ಬದುಕಿ ಇದ್ದೇನೆ. ಎಲ್ಲ ಸರಿಯಾಗಿದೆ. ಪಲ್ಸ್ ಬ್ಲಡ್ ಪ್ರೆಶರ್ ಇತ್ಯಾದಿ. ಎದೆ ನೋವಿಲ್ಲ. ಮಲಮೂತ್ರ ಎಲ್ಲಾ ಸರಿಯಾಗಿದೆ. ನಿದ್ದೆ ಒಂದು ಮಾತ್ರ ರೆಸ್ಟಿಲ್ ಮಾತ್ರೆ ತಗೊಂಡೇ ಆಗಬೇಕು. ಯಾರೋ ಒಬ್ಬರು ರಾತ್ರೆ ಮಲಗುವಾಗ ಒಂದು ಪೆಗ್ ವ್ಹಿಸ್ಕಿ ತಗೊಂಡು ಮಲಗು ಆಗ ನಿದ್ದೆಯ ಮಾತ್ರೆ ಬೇಕಾಗುವುದಿಲ್ಲ ಎಂದು ಸಜ್ಜೆಸ್ಟ್ ಮಾಡಿದ್ದಾರೆ. ಅದನ್ನೂ ಟ್ರೈ ಮಾಡೋಣ ಎಂದಿದ್ದೇನೆ. ನನಗೂ ನಿದ್ದೆಯ ಮಾತ್ರೆ ತಗೊಳ್ಳಲು ಇಷ್ಟ ಇಲ್ಲ." ಎಂದ ನಾಣ್ಣ.

"ನಾಣ್ಣ, ನಿನ್ನೆ ನೀನು ಮನಸ್ಸಿನ ಬಗ್ಗೆ ವಿವರಗಳನ್ನು ಅರ್ಧದಲ್ಲೇ ನಿಲ್ಲಿಸಿದಿಯಲ್ಲ. ಅದನ್ನು ಮುಂದುವರಿಸುವಿಯಾ? ನನಗೆ ಈ ಸಿದ್ಧ ಸಮಾಧಿಯ ಬಗ್ಗೆ ಇನ್ನೂ ಗೊತ್ತಾಗಲೀ ಎಂದು ಇಷ್ಟ" ಎಂದ ಶಿನ್ನ.

ನಾಣ್ಣನಿಗೆ ಖುಶಿ ಆಯ್ತು. ಅವರಿಗೂ ಇವತ್ತು ಶಿನ್ನನನ್ನು ಸಂತೋಷ ಪಡಿಸಬೇಕೆಂದು ಉತ್ಸಾಹ ಬಂದಿತ್ತು. ಹಾಗೆಯೇ ಮಾತನಾಡಲು ಶುರು ಮಾಡಿದರು.

"ಈಗ ನೋಡು ಶಿನ್ನ. ಈ ಮೂರು ಶಬ್ಧಗಳ ಎಂದರೆ ಸಿದ್ಧ, ಸಮಾಧಿ ಮತ್ತು ಯೋಗ ಶಬ್ಧಗಳ ಅರ್ಥವನ್ನು ಹೇಳುತ್ತೇನೆ. ಸಿದ್ಧ ಎಂದರೆ ನಿನಗೆ ಗೊತ್ತಲ್ಲ? ನಿರೂಪಿತವಾದದ್ದು. ಸಾಧಿಸಿ ಫಲಿತಾಂಶ ಸಿಕ್ಕಿದ್ದು. ಆಯ್ತಾ? ಸಮಾಧಿ ಎಂದರೆ ದ್ವಂದ್ವಾತೀತ ಸ್ಥಿತಿಯಲ್ಲಿರುವುದು. ಇದುವೋ ಅದುವೋ ಎಂಬ ಗೊಂದಲ

ಇಲ್ಲದಿರುವುದು. ಎಲ್ಲದರಲ್ಲೂ ಸಮಾನತೆಯಿಂದಿರುವುದು. ಅರ್ಥಾತ್ ಸ್ಥಿತಿ ಪ್ರಜ್ಞನಾಗಿರುವುದು. ಮತ್ತು ಯೋಗ ಎಂದರೆ ತನ್ನಲ್ಲಿ ತಾನು ಒಂದಾಗುವುದು."

ಶಿನ್ನನಿಗೆ ಇದನ್ನು ಕೇಳಿ ನಾಣ್ಣನ ಮೇಲೆ ಅಭಿಮಾನ ಹುಟ್ಟಿತು. "ಎಷ್ಟು ಚೆನ್ನಾಗಿ ಹೇಳಿದೆಯೋ, ತಮ್ಮಾ!" ಎಂದ.

ನಂತರ "ಇದೆಲ್ಲಾ ಸುಲಭವೇನಯ್ಯ? ನಾವು ಸನ್ಯಾಸಿಯಾಗುವ ಸ್ಥಿತಿ ಬಂತಲ್ಲ?" ಎಂದ ಶಿನ್ನ.

ನಾಣ್ಣ ತಕ್ಷಣ ತನ್ನ ಮುಖವೆತ್ತಿ ಶಿನ್ನನ ಕಡೆ ನೋಡಿದ. ಪುನಃ ಗಂಭೀರವಾಗಿ ಹೇಳಿದ. "ಇಲ್ಲ, ಇಲ್ಲ. ಹಾಗಿಲ್ಲ. ಇದು ಸನ್ಯಾಸಿಯಾಗುವ ಮತ್ತು ಈ ಪ್ರಪಂಚದ ಸುಖಗಳನ್ನೆಲ್ಲಾ ತಿರಸ್ಕರಿಸುವ ತರಬೇತಿ ಅಲ್ಲ. ಸಂಸಾರಸ್ಥರಾಗಿದ್ದು ಸಂಸಾರದಲ್ಲಿ ಇದಿರು ಬಂದು ನಿಲ್ಲುವ ಸಮಸ್ಯೆಗಳನ್ನು ಸರಾಗವಾಗಿ ಎದುರಿಸುವ ಸಂಕಲ್ಪದ ತರಬೇತಿ. ಇದರಿಂದ ನಾವು ಇನ್ನಷ್ಟು ಸುಖವನ್ನು ಅನುಭವಿಸುತ್ತೇವೆ. ಆರೋಗ್ಯವಂತ ಬದುಕನ್ನು ಬದುಕುತ್ತೇವೆ. ಇದನ್ನು ಮನುಷ್ಯತ್ವದ ತರಬೇತಿ ಎನ್ನಬಹುದು."

"ಮನುಷ್ಯತ್ವ ಮಣ್ಣು. ನಮ್ಮ ತಂದೆತಾಯಂದಿರು ನಮಗೆ ಕಲಿಸಿದ ಧರ್ಮ, ದೆವ್ವ, ದೈತ್ಯ, ದಾನ, ದಮನ ಎಂದರೆ ಕೋಪದಮನ, ಇತ್ಯಾದಿಗಳು ವ್ಯರ್ಥವಾದುವೇ? ನಾವೇನು ಮನುಷ್ಯತ್ವ ಆಗಲೇ ಹೊಂದಿಲ್ಲವೇ? ನಾವು ಕುರಿಗಳು ಎಂಬಂತೆ ನಮಗೆ ಇದನ್ನೆಲ್ಲಾ ಇವರು ಉಪದೇಶಿಸಲು ಹೊರಟಿದ್ದಾರಲ್ಲ?" ಎಂದು ತುಸು ಅಸಮಾಧಾನದಿಂದ ಶಿನ್ನ ಪ್ರಶ್ನೆ ಹಾಕಿದ.

ನಾಣ್ಣನಿಗೆ ಇದನ್ನು ಕೇಳಿ ಇನ್ನು ಸಾಕು ಎಂದನಿಸಿತು. ಇವನು ಈ ತರಬೇತಿ ಬಗ್ಗೆ ತಿಳಕೊಳ್ಳಬೇಕು ಅಂದವನು ಈಗ ನನಗೇ ಈ ರೀತಿ ಇದರ ಬಗ್ಗೆ ಸಂಶಯ ಬರುವ ಹಾಗೆ ಮಾತನಾಡುತ್ತಾನಲ್ಲ. ನೆಗೆಟಿವ್ ಆಗಿದ್ದಾನಲ್ಲ? ಎಂದೆನಿಸಿತು. ಆದರೂ ಸಮಾಧಾನ ತರಿಸಿಕೊಂಡು ಮುಂದುವರೆಸಿದ.

"ಶೆಣೈ, ಅದು ಹಾಗಲ್ಲವೋ. ನೀನು ತಪ್ಪು ತಿಳಕೊಂಡಿದ್ದಿ. ನೋಡು. ಈ ಅಭ್ಯಾಸ ಸುಲಭ. ಇದು ಸೂಕ್ಷ್ಮ ತಂತ್ರಜ್ಞಾನದಿಂದ ಕೂಡಿದೆ. ಮನೋವೈಜ್ಞಾನಿಕವಾಗಿ ಪ್ರದರ್ಶಿತವಾಗಿದೆ. ಸಾಬೀತು ಪಟ್ಟಿದೆ. ಈ ತರಬೇತಿಯಿಂದ ನಮ್ಮ ಎಲ್ಲ ಬೇಕುಗಳು ಬೇಡವಾಗಿ ಸುಮ್ಮನೆ ಇರುತ್ತವೆ."

ನಾಣ್ಣನಿಗೆ ಇನ್ನೂ ಸ್ವಲ್ಪ ವಿವರಗಳನ್ನು ಕೊಟ್ಟರೆ ಶಿನ್ನನಿಗೆ ಅರ್ಥವಾಗುವುದು ಎಂದು ಕಂಡಿತು. ಅವನು ತನ್ನ ಮಾತು ಮುಂದುವರಿಸಿದ. "ಶಿನ್ನ, ಇಲ್ಲಿ ಕೇಳು. ಧ್ಯಾನ ಅಥವಾ ಸಮಾಧಿಯ ಅಭ್ಯಾಸದಿಂದ ನಾವು ವೈವಿಧ್ಯತೆಯಲ್ಲಿ ಏಕತೆಯನ್ನು ಕಾಣುತ್ತೇವೆ. ನಮ್ಮ ಶರೀರ, ಮನಸ್ಸು ಮತ್ತು ಬುದ್ಧಿ ಅಭಿವೃದ್ಧಿಗೊಳ್ಳುತ್ತದೆ. ಇದು ಹೇಗೆ ಎಂದರೆ ನಮ್ಮ ಮನಸ್ಸು ನಮ್ಮ ಶರೀರದ ಮೇಲೆ ಕ್ಷಣಕ್ಷಣಕ್ಕೂ ತರುವ ನಿರಂತರ ಒತ್ತಡವನ್ನು ಸಮಾಧಿಯು ತಡೆಯುತ್ತದೆ. ನಮ್ಮ ಶರೀರಕ್ಕೆ ವಿಶ್ರಾಂತಿ ತಂದು ಕೊಡುತ್ತದೆ. ಧ್ಯಾನವು

ದೇಹಕ್ಕೆ ಚೈತನ್ಯವನ್ನು ಕೊಟ್ಟು ನಮ್ಮ ಪ್ರಾಣಶಕ್ತಿಯನ್ನು ಹೆಚ್ಚಿಸುತ್ತದೆ. ಪ್ರಾಣಾಯಾಮದಿಂದ ನಮ್ಮ ಕೆಲಸಮಾಡುವ ಶಕ್ತಿ ಹೆಚ್ಚುತ್ತದೆ. ನಾವು ೨೪ ಗಂಟೆ ಕೆಲಸಮಾಡಿದರೂ ಅದು ಶ್ರಮ ಎಂದು ಅನಿಸುವುದಿಲ್ಲ. ಕಾರಣ ಆ ಸಮಯದ ಪ್ರತಿಕ್ಷಣಗಳೂ ನಮ್ಮವಾಗಿರುತ್ತವೆ."

ಶಿನ್ನ ಒಂದು ಗಳಿಗೆ ನಿಶ್ಶಬ್ಧನಾದ. ಇದೆಲ್ಲಾ ಭಗವದ್‌ಗೀತೆಯನ್ನು ಭೋಧಿಸುವ ಸ್ವಾಮಿಗಳು ಹೇಳುವ ಉಪದೇಶದಂತೆ ಇದೆಯಲ್ಲ ಎಂದುಕೊಂಡ.

"ಈ ಕ್ಷಣಗಳು ನಮ್ಮವಲ್ಲ ಅಥವಾ ನಮ್ಮವು ಎಂದು ನಮಗೆ ಹೇಗೆ ಗೊತ್ತಾಗುತ್ತದೆ ನಾಣ್ಣಿ? ನಾನು ನನ್ನ ಪ್ರತಿಕ್ಷಣಗಳನ್ನು ಉಪಯೋಗಿಸುತ್ತಿಲ್ಲ ಎಂದು ನೀನು ಹೇಳುತ್ತಿಯೋ ಏನು?" ಎಂದು ಶಿನ್ನ ಕೇಳಿದ.

ಅದಕ್ಕೆ ನಾಣ್ಣಿ, "ತಡಿ. ಹೇಳುತ್ತೇನೆ. ನೀನು ಸಿಗರೇಟು ಸೇದುತ್ತಿಯಲ್ಲ? ಅದನ್ನು ಬಿಡಬೇಕು. ಇಲ್ಲವಾದರೆ ಈ ಯೋಗ ನಿನಗೆ ಉಪಯೋಗವಿಲ್ಲ. ಇದನ್ನು ಮಾಡುವವರು ಮದ್ಯಪಾನ ಮಾಡಬಾರದು. ಕಾಫಿ ಟೀ ಕುಡಿಯಬಾರದು. ಬೀಡಿ ಸಿಗರೇಟು ಸೇದಬಾರದು. ಇಂತಹ ವ್ಯಸನಗಳಲ್ಲಿ ವ್ಯಸ್ತವಾಗಿರುವವರು ಆ ಅಭ್ಯಾಸಗಳನ್ನು ಮೊದಲು ಹತೋಟಿಗೆ ತಂದು ನಂತರ ಈ ತರಬೇತಿಯಲ್ಲಿ ಪಾಲುಗೊಳ್ಳಬೇಕು."

"ಹೋ ಹೌದಾ. ಸರಿ. ಹಾಗಾದರೆ ಇದು ನನಗೆ ಹೇಳಿದ್ದಲ್ಲ. ಈ ಜೀವನದಲ್ಲಿ ಇಂದಿನ ಜಗತ್ತಿನಲ್ಲಿ ತೊಳಲಾಟ, ತಲ್ಲಣ, ತರತರದ ತ್ರಾಸು ಎಲ್ಲ ಕಡಿಮೆ ಮಾಡಲು ಸುಲಭ ಸಾದನಗಳೆಂದರೆ ಬೀಡಿ ಸಿಗರೇಟು, ಕಾಫಿ ಟೀ, ಪಾನ್‌ಪರಾಗ್ ಇತ್ಯಾದಿ. ಮತ್ತು ಈ ಯೋಗ, ಸಮಾಧಿ, ಧ್ಯಾನ ಇತ್ಯಾದಿ ಎಂಬವು ಏನು ಎಂದು ತಿಳಕೊಳ್ಳುವುದೇ ಕಷ್ಟವಿರುವಾಗ ಅವುಗಳನ್ನು ಸಾಧಿಸುವುದು ನಮ್ಮ ಪಾಲಿಗೆ ಇಲ್ಲ. ನಮ್ಮ ಕೈಲಾಗುವುದಿಲ್ಲ. ನೀನು ಅಲ್ಲಗಳೆದರೂ ಇದರಿಂದ ನಾವು ಸನ್ಯಾಸಿಗಳಾಗುತ್ತೇವೆ ಹೊರತು ಸಂಸಾರದ ಸುಖಪಡೆಯಲಾರೆವು. ಸಿಗರೇಟು ಸೇದಿಕೊಂಡೂ ಈ ಅಭ್ಯಾಸ ಮಾಡಬಹುದಾದರೆ ಮಾತ್ರ ನಾನು ಇದನ್ನು ಟ್ರೈ ಮಾಡಲು ಸಾಧ್ಯ." ಎಂದ.

ನಂತರ ಯೋಚಿಸಿ, "ಸಾರಿ ನಾಣ್ಣಿ. ವ್ಹೆರಿ ಸಾರಿ. ಪ್ಲೀಸ್ ಡೋಂಟ್ ಗೆಟ್ ಮೀ ರಾಂಗ್. ನೋಡು ನನಗೆ ದಿನಕ್ಕೆ ಎಂಟ್ ಹತ್ತು ಸಿಗರೇಟುಗಳನ್ನು ಸೇದದೇ ಜೀವಿಸುವುದೇ ಸಾಧ್ಯವಿಲ್ಲ. ಇವುಗಳಿಂದ ಯಾವ ಬಾಧೆಯೂ ಇಲ್ಲ ಎಂದು ನನ್ನ ನಂಬಿಕೆ. ಈ ನಿಕೊಟೀನು ಒಂದು ಔಷಧ. ವ್ಯಸನ ಅಲ್ಲ. ಹಾಗೆ ನೋಡಿದರೆ ನಾವು ತಿನ್ನುವ ಆಹಾರವೂ ಒಂದು ರೀತಿಯ ನಿಷಿದ್ಧ ವಸ್ತು. ಬರೇ ನೀರು ಕುಡಿದು ಗಾಳಿ ತಿಂದು ಜೀವಿಸುವವನು ಮಾತ್ರ ಸ್ಥಿತಪ್ರಜ್ಞನಾಗುತ್ತಾನೆ. ಅಥವಾ ಅವನು ವಯೋವೃದ್ಧನಾಗಿ ಇರಬೇಕು. ನಮಗೆ ಇದು ಬೇಡ ಅದು ಬೇಡ ಎಂದು ಹೇಳಿದರೆ ನಾವು ಶ್ರೀಮಂತರಾಗುವುದು ಹೇಗೆ? ವಿದ್ಯೆ ಗಳಿಸುವುದು ಹೇಗೆ? ತಂದೆ ತಾಯಿಗಳಿಗೆ ಸಕ್ಕರೆ ಕಾಯಿಲೆ ಇದ್ದಾಗ ಅವರ ಮಕ್ಕಳು ಸಕ್ಕರೆ ತಿನ್ನುವುದರಲ್ಲಿ ಕಡಿವಾಣ ಹಾಕಬೇಕು.

ಹೊಟ್ಟೆಯಲ್ಲಿ ಎಸಿಡಿಟಿ ಜಾಸ್ತಿ ಇದ್ದವರು ಬಿಯರ್ ಅಲ್ಲದೇ ಇತರ ಮದ್ಯಗಳನ್ನು ಕೂಡ ಸೇವಿಸ ಬಾರದು. ಅವರಿಗೆ ಕಾಫಿ ಟೀ ಕೂಡ ಸರಿಬೀಳಲಾರದು." ಎಂದ ಶಿನ್ನ.

ನಾಣ್ಣ ಸುಮ್ಮನಿದ್ದ. ಶಿನ್ನನಿಗೆ ಮಾತನಾಡಲು ಬಿಟ್ಟ.

"ನೋಡು ಡಾಕ್ಟರ್, ನಿನಗೆ ನಿನ್ನನ್ನು ನಿನ್ನ ಮೊದಲನೇ ಸಲ ಹಾರ್ಟ್ ಎಟ್ಟೇಕ್ ಆದಾಗ ತಪಾಸಣೆ ಮಾಡಿದ ಡಾಕ್ಟರರು ವಿವಿಧ ಪರೀಕ್ಷೆಗಳನ್ನು ಮಾಡಿಸಲು ಸಲಹೆ ಕೊಟ್ಟರೋ ಇಲ್ಲವೋ?" ಎಂದು ಶಿನ್ನ ಕೇಳಿದ.

ಈ ಪ್ರಶ್ನೆಯು ಒಂದು ಕಷ್ಟದ ಪ್ರಶ್ನೆ ಎಂದು ನಾಣ್ಣನಿಗೆ ಅನಿಸಿತು. ಒಳ್ಳೇ ಯೋಚಿಸಿ ಉತ್ತರ ನೀಡಿದ. "ನೋಡಪ್ಪ. ನಾನು ನನಗೆ ಚಿಕಿತ್ಸೆ ನೀಡುತ್ತಿರುವ ಡಾಕ್ಟರರು ನನ್ನನ್ನು ಕೇಳುವ ಮೊದಲೇ ನಾನೇ ಅವರಿಗೆ ಪ್ರಶ್ನೆ ಹಾಕಿದೆ. ನನ್ನ ತೊಂದರೆಗಾಗಿ ಎಂಜಿಯೋಗ್ರಾಮ್ ಪರೀಕ್ಷೆಯ ಅಗತ್ಯ ಇದೆಯೋ ಡಾಕ್ಟರೇ ಎಂದು." ನಾಣ್ಣ ಮಾತು ನಿಲ್ಲಿಸಿದ. ಶಿನ್ನನ ಪ್ರತಿಕ್ರಿಯೆಗಾಗಿ ಕಾದ. ಶಿನ್ನನಿಗೆ ಅರ್ಥವಾಯಿತು. ಈತನು ನನ್ನ ಪ್ರತಿಕ್ರಿಯೆಗಾಗಿ ಕಾಯುತ್ತಿದ್ದಾನೆಂದು.

"ಅದಕ್ಕೆ ಅವರು ಏನು ಹೇಳಿದರು? ನೀನು ಡಾಕ್ಟರ್ ಆಗಿದ್ದರಿಂದ ನೀನು ಅವರನ್ನು ಹಾಗೆ ಕೇಳುವಾಗ ಅವರು 'ಇವರು ಯಾಕೆ ಹೀಗೆ ನನ್ನಬಳಿ ಈ ರೀತಿ ಕೇಳುತ್ತಾರೆ' ಎಂದು ಅವರಿಗೆ ತಲೆಯಲ್ಲಿ ವಿವಾದ ಎದ್ದಿರಬಹುದು ಅಲ್ಲವೇ? ಈ ನಾರಾಯಣ ಡಾಕ್ಟರರಿಗೆ ಎಂಜಿಯೋಗ್ರಾಮ್ ಮಾಡಿಸಿಕೊಳ್ಳುವ ಮನಸ್ಸಿಲ್ಲ ಹಾಗಾಗಿ ಅವರು ಹೀಗೆ ಕೇಳುವುದು ಎಂದು ಅವರಿಗೆ ಅನಿಸಿತೋ ಎಂದು ನನಗೆ ಸಂಶಯ." ಎಂದರು ಶಿನ್ನ.

"ಇರಬಹುದು. ಆದರೆ ಅವರು ಇಂಥದ್ದನ್ನು ಮಾಡಿಸಿ ಎಂದು ನನಗೆ ಉಪದೇಶ ಕೊಡಲಿಲ್ಲ. ನನಗೂ ಉತ್ಸಾಹ ಇರಲಿಲ್ಲ" ಎಂದ ನಾಣ್ಣ.

"ಆ ಮೇಲೆ ಏನಾಯ್ತು?" ಎಂದು ಕೇಳಿದರು ಶಿನ್ನ ಕುತೂಹಲದಿಂದ.

"ನಾನು ನನ್ನ ಚಿಕಿತ್ಸೆಯನ್ನು ಔಷಧಗಳಿಲ್ಲದೇನೇ, ಶಸ್ತ್ರ ಚಿಕಿತ್ಸೆ ಇಲ್ಲದೇನೇ ಮಾಡಿಕೊಳ್ಳುವೆನೆಂದು ನಿರ್ಧಾರ ಮಾಡಿದೆ. ಏಕೆಂದರೆ ನನಗೆ ಪುಸ್ತಕಗಳು ಸಿಕ್ಕಿದುವು. ಅವನ್ನು ಓದಿದ ಮೇಲೆ ನನಗೆ ಎಲ್ಲಿಲ್ಲದ ಆತ್ಮವಿಶ್ವಾಸ ಹುಟ್ಟಿತು. ತಮ್ಮ ಸುಪ್ತಶಕ್ತಿಯ ಸದುಪಯೋಗವನ್ನು ಜನಸಾಮಾನ್ಯರು ಪಡೆಯುವುದಿಲ್ಲ. ಈ ಶಕ್ತಿಯನ್ನು ಹೇಗೆ ಜಾಗೃತಗೊಳಿಸಿ ಉಪಯೋಗಿಸಬೇಕು ಎಂಬುದು ನಮಗೆ ಗೊತ್ತಿರಬೇಕು. ಒಮ್ಮೆ ನಾವು ನಮ್ಮ ಒಳಹೊಕ್ಕು ನಮಗೇನು ಬೇಕು ಎಂದು ಅರಿತುಕೊಂಡರೆ ಆ ಮೇಲೆ ನಾವು ಅದನ್ನು ಪಡೆದೇ ತೀರುತ್ತೇವೆ." ಎಂದರು ನಾಣ್ಣ ಮುಗುಳನಕ್ಕು.

"ಹಾಗಾದರೆ ನೀನು ನಿನ್ನ ದೇಹ ಮತ್ತು ಮನಸ್ಸನ್ನು ತಗ್ಗಿಸಿ ಬಗ್ಗಿಸಿ ನಿನ್ನ ಸಮಸ್ಯೆಗೆ ಪರಿಹಾರ ಕಂಡುಕೊಳ್ಳುವೆ ಎಂದಾಯಿತು." ಎಂದ ಶಿನ್ನ.

"ಹೌದಪ್ಪಾ. ಹಾಗೇ ಮಾಡಿನೋಡುತ್ತೇನೆ. ನನ್ನ ಸುಪ್ತ ಮನಸ್ಸಿಗೆ ಒಂದು ತತ್ವ ಎಂದರೆ ಪ್ರಿನ್ಸಿಪಲ್ ಈಯುತ್ತೇನೆ. ಸುಪ್ತ ಮನಸ್ಸಿನಲ್ಲಿ ಪ್ರತಿ ಪ್ರಶ್ನೆಗೂ ಉತ್ತರ ಇದೆ. ನೀವು ನಾಳೆ ಬೆಳಿಗ್ಗೆ ಆರು ಗಂಟೆಗೆ ಏಳಬೇಕೆಂದು ಧೃಢವಾಗಿ ನಿರ್ಧರಿಸಿ ಮಲಗಿದರೆ ನೀವು ಆರು ಗಂಟೆಗೆ ಎದ್ದಿರುತ್ತಿರಿ." ಎಂದ ನಾಣ್ಣ ಆತ್ಮ ವಿಶ್ವಾಸದೊಂದಿಗೆ.

"ಅದು ಹೌದು, ಎಂದರೆ ಮನಸ್ಸಿಗೆ ಅಷ್ಟು ಬಲ ಇರಬೇಕು, ಮತ್ತು ನಮ್ಮ ಉದ್ದೇಶ ಕೂಡ ಸ್ಪಷ್ಟವಾಗಿ ಇರಬೇಕು" ಎಂದ ಶಿನ್ನ.

"ನಾವು ಯಾವತ್ತೂ ಹೊರ ಜಗತ್ತು ಬದಲಾಗಬೇಕೆಂದು ಬಯಸುತ್ತೇವೆ ಅಲ್ಲವೇ? ನಾವು ಬದಲಾದರೆ ಮಾತ್ರ ಹೊರ ಜಗತ್ತೂ ಬದಲಾಗುತ್ತದೆ. ನಮ್ಮೊಳಗೆ ಪ್ರೀತಿ ವಿಶ್ವಾಸ ಸೌಹಾರ್ದ ಬಾವನೆಗಳಿದ್ದರೆ ಅವನ್ನೇ ನಮಗೆ ಹೊರಜಗತ್ತು ನೀಡುತ್ತದೆ. ಒಮ್ಮೆ ಹೃದಯಾಘಾತಕ್ಕೆ ಒಳಗಾದವನು ಮತ್ತೆ ತಾನು ಹೃದಯಾಘಾತಕ್ಕೆ ಒಳಗಾಗುತ್ತೇನೆ ಎಂದುಕೊಂಡರೆ ಅವನ ಸುಪ್ತ ಮನಸ್ಸು ಅದನ್ನು ಹಾಗೇ ಆಗುವಂತೆ ಮಾಡುತ್ತದೆ. ಇನ್ನು ನನಗೆ ಹ್ರದಯಾಘಾತವಾಗಲಾರದು ಎಂದು ಖಂಡಿತ ವಿಶ್ವಾಸ ಇರಿಸಿಕೊಂಡರೆ ಮತ್ತೆ ಹೃದಯಾಘಾತದ ಸಂಭವ ತೀರ ಕಡಿಮೆ. ನಾನು ನನ್ನ ಯೋಚನೆಯನ್ನು ಬದಲಾಯಿಸಬಲ್ಲೆನಾದರೆ ನನ್ನ ದೇಹಕ್ಕೆ ನನ್ನದೇ ರೀತಿಯಲ್ಲಿ ನಾನೇ ಚಿಕಿತ್ಸೆ ನೀಡಬಹುದು, ಏನಂತಿ?"

"ನನಗೆ ಗೊತ್ತಿಲ್ಲಪ್ಪ. ಇದು ಒಂದು ರೀತಿಯ ಪ್ರಯೋಗ. ಜೀವದೊಂದಿಗೆ ಆಟ ಆಡುವ ಪ್ರಯೋಗ. ನಾನು ಹೌದು ಅಥವಾ ಅಲ್ಲ ಎನ್ನುವುದಿಲ್ಲ. ನೀನು ಮಾಡು. ನಾನು ಕೂತು ನೋಡುತ್ತೇನೆ." ಎಂದರು ಶ್ರೀನಿವಾಸ.

"ಈ ಸುಪ್ತ ಮನಸ್ಸು ಯಾವಾಗ ಬೇಕು ಆವಾಗ ಜಾಗೃತವಾಗುತ್ತದೆ. ಅದು ಸದ್ದಿಲ್ಲದೇ ಕೆಲಸಮಾಡುತ್ತದೆ. ಉದಾಹರಣೆಗೆ ನೀವು ಮುದುಕನಾಗುತ್ತಿದ್ದೀರಿ ಎಂದು ಅಂದುಕೊಂಡರೆ ನಿಮ್ಮ ಮನಸ್ಸು ಕೂಡ ಮುದುಕನ ಮನಸ್ಸಾಗುತ್ತದೆ. ಮುದುಕರೂ ತಾವು ಯುವಕರ ಹಾಗೇ ಇದ್ದೇವೆ ಎಂದು ನಂಬಿದರೆ ಅವರ ದೇಹ ಜೀರ್ಣವಾದರೂ ಅವರ ಮನಸ್ಸು ಯುವಕರದೇ ಆಗಿರುತ್ತದೆ. ಹೌದೋ ಅಲ್ಲವೋ?" ನಾಣ್ಣ ಶಿನ್ನನ ಮುಖದ ಕಡೆ ನೋಡಿ ಕೇಳಿದರು. ಶಿನ್ನರಿಗೆ ಇದೆಲ್ಲಾ ದೊಡ್ಡ ಫಿಲಾಸಫಿ ಎಂದು ಕಂಡಿತು. "ಇದೆಲ್ಲಾ ಪ್ರಾಕ್ಟಿಕಲ್ ಆಗಿ ಮಾಡಲು ಕಷ್ಟ" ಎಂದು ಸ್ವಗತದಲ್ಲಿ ಹೇಳಿದರು.

"ಮುಂದೆ ಹೇಳಪ್ಪಾ, ಕೇಳುತ್ತೇನೆ." ಎಂದು ಅಷ್ಟೆ ಗಟ್ಟಿಯಾಗಿ ಹೇಳಿದರು. ನಾಣ್ಣ ಮುಂದುವರಿಸಿದ. "ಪ್ರೀತಿ, ಸಂಯಮ, ಸಹನೆ ಮತ್ತು ಸಂತೋಷ ಇವುಗಳು ಒಬ್ಬ ವ್ಯಕ್ತಿಯಲ್ಲಿ ತುಂಬಿ ತುಳುಕಾಡುತ್ತಿದ್ದರೆ ಅವನನ್ನು ಮುಪ್ಪು ಬಾಧಿಸಲಾರದು. ನಾವು ಮನಸ್ಸನ್ನು ನೋಡಲಾರೆವು. ಆದರೆ ಮನಸ್ಸೆಂಬುದು ಇದೆ ಎಂದು ನಮಗೆ ಗೊತ್ತು. ಮೊದಲು ನಮ್ಮ ಭಯವನ್ನು ಹೋಗಲಾಡಿಸಬೇಕು. ಭಯ ಎನ್ನುವುದೇ ಒಂದು ಸುಳ್ಳು ಕಲ್ಪನೆ ಎಂದು ಮನದಟ್ಟು ಮಾಡಿಕೊಳ್ಳಬೇಕು. ಇದರರ್ಥ ಭಯದ ಅನುಭವ

ನಿಮಗಾಗುತ್ತಿಲ್ಲ ಎಂದಲ್ಲ. ಭಯ ಪಡುವ ಸಂಧರ್ಭ ಬಂದಾಗ ಸಹ ನೀವು ಭಯ ಪಡದೇ ವಿವೇಕದಿಂದ ವರ್ತಿಸಿ ಭಯಮುಕ್ತರಾಗಬಹುದು. ಅಪಾಯಗಳನ್ನು ತಪ್ಪಿಸಬಹುದೆಂದು ಇದರ ಅರ್ಥ."

ಎಷ್ಟು ಚೆನ್ನಾಗಿ ವಿವರಿಸಿದ ಎಂದು ಕೊಂಡರು ಶ್ರೀನಿವಾಸ ಶೆಣೈ. ನಾಣ್ಣ ಶಿನ್ನನ ಪ್ರತಿಕ್ರಿಯೆಗೆ ಕಾಯಲಿಲ್ಲ. ತನ್ನ ಮಾತಿನ ಸರಪಳಿಯನ್ನು ಕಳಕೊಳ್ಳಲು ಅವರಿಗೆ ಇಷ್ಟವಿರಲಿಲ್ಲ. ಅವರು ಮುಂದುವರಿಸಿದರು.

"ಭಯ ಎನ್ನುವುದು ಮಾನವನ ಅತಿ ದೊಡ್ಡ ವೈರಿ. ಇಂತಹ ಭಯಗಳಿಗೆ ನಾವು ತುತ್ತಾಗಬಾರದು. ಇನ್ನೊಂದು ವಿಷಯ. ಹಗೆ ಎಂಬುದು ಕೂಡ ಕೆಟ್ಟದು. ಇತರರ ಮೇಲೆ ಹಗೆ ಇಟ್ಟುಕೊಳ್ಳದೇ ಕ್ಷಮಿಸುವ ಗುಣ ಬೆಳೆಸಿಕೊಂಡರೆ ನಮ್ಮಷ್ಟೇ ಇನ್ನೊಬ್ಬರ ಬದುಕು ಸುಂದರವಾಗಲೀ ಎಂದು ಆಶಿಸಿದರೆ ಆ ಮೇಲೆ ನಮ್ಮ ಬದುಕು ಸುಂದರವಾಗುತ್ತದೆ. ನಾವು ಪ್ರತಿದಿನ ದೇವರ ಹಾಗೆ ಇನ್ನೊಬ್ಬರಲ್ಲಿ ವ್ಯವಹರಿಸುತ್ತೇನೆ ಎಂದು ಸುಪ್ತ ಮನಸ್ಸಿಗೆ ಹೇಳಿಕೊಂಡರೆ ನಮ್ಮ ವರ್ತನೆಯಲ್ಲಿ ಪರಿವರ್ತನೆ ಬರಬಹುದು."

ಎನ್ನುವಾಗ ನಾಣ್ಣ ಸ್ವಲ್ಪ ಭಾವುಕನಾದ. ಅವನ ಕಣ್ಣಲ್ಲಿ ಸ್ವಲ್ಪ ನೀರು ಬಂದಂತಾಗಿ ಕಣ್ಣುಗಳು ಒದ್ದೆಯಾದಂತಾಯಿತು. ಶಿನ್ನನಿಗೂ ನಾಣ್ಣನ ಈ ವ್ಯಾಖ್ಯಾನ ಕೇಳಿ ಆಧ್ಯಾತ್ಮಿಕತೆ ಕಲಿತ ಹಾಗಾಯಿತು.

"ನಮ್ಮ ತಪ್ಪುಗಳ ಬಗ್ಗೆ ಕೂಡ ನಾವು ಒಂದು ಉತ್ತಮ ನಿಲುವು ಬೆಳೆಸಿಕೊಳ್ಳಬೇಕು. ಅದೇನೆಂದರೆ ಇನ್ನೊಬ್ಬರ ತಪ್ಪುಗಳನ್ನು ಕ್ಷಮಿಸುವಷ್ಟೇ ನಮ್ಮ ತಪ್ಪನ್ನೂ ಕ್ಷಮಿಸುವ ಗುಣ ಹೊಂದಿರಲಾರೆವಾದರೆ ನಮಗೆ ಮಾನಸಿಕ ಸಮಸ್ಯೆಗಳಿಂದ ಬಿಡುಗಡೆ ಇಲ್ಲ. ಮಾನಸಿಕ ಸಮಸ್ಯೆಗಳು ಇದ್ದಷ್ಟು ದಿನ ನಮಗೆ ಮನೋದೈಹಿಕ ಕಾಯಿಲೆಗಳು ಕಾಡುವುದು ನಿಶ್ಚಿತ!"

ಇದನ್ನೆಲ್ಲಾ ಕೇಳಿ ಶಿನ್ನನಿಗೆ ಈ ನಾಣ್ಣ ದೊಡ್ಡ ಒಬ್ಬ ಸಂತನ ಹಾಗೆ ಕಂಡರು. ಇದು ಸಾಮಾನ್ಯವಾಣಿ ಅಲ್ಲ. ಇದು ಸಂತರ ವಾಣಿ ಎಂದುಕೊಂಡರು.

"ಪ್ರೀತಿಪ್ರೇಮಗಳು ವಿನಾಕಾರಣವಾಗಿರಬೇಕು. ಅಸೂಯೆ, ದ್ವೇಷ, ಕೋಪ ಮೊದಲಾದುವು ಕ್ಯಾನ್ಸರಿಗಿಂತ ಅಪಾಯಕಾರಿ ಎನ್ನುವುದನ್ನು ನಾವು ಅರಿತೇ ಇಲ್ಲ. ನಾವು ನಮ್ಮಲ್ಲಿ ಕ್ಷಮಾಗುಣ ಬೆಳೆಸಿಕೊಳ್ಳಬೇಕಾದರೆ ಮೊದಲು ಪ್ರೀತಿಸಲು ಕಲಿಯಬೇಕು. ಪ್ರೀತಿ, ಕ್ಷಮೆ ಇತ್ಯಾದಿಗಳು ಧನಾತ್ಮಕ ಎಂದರೆ ಪೊಸಿಟಿವ್ಹ್ ಚಿಂತನೆಗಳು. ಹಗೆ, ಕೋಪ, ಭಯಗಳು ನಕಾರಾತ್ಮಕ ಎಂದರೆ ನೆಗೆಟಿವ್ಹ್ ಚಿಂತನೆಗಳು. ಮನಸ್ಸು ಪವಾಡಗಳನ್ನು ಮಾಡಲು ಶಕ್ತವಾಗಿದೆ. ಎಂದರೆ ಈ ಕೆಳಗಿನ ವಿಧಾನಗಳನ್ನು ಅಳವಡಿಸಬೇಕು. ಅವುಗಳು ನನ್ನ ಪುಸ್ತಕದಲ್ಲಿ ಇಂಗ್ಲೀಷಿನಲ್ಲಿ ಕೊಟ್ಟಿದೆಯಾದುದರಿಂದ ಇಂಗ್ಲೀಷಿನಲ್ಲೇ ಹೇಳುತ್ತೇನೆ ಕೇಳು" ಎಂದರು ನಾಣ್ಣ.

"ಓಹೋ ಹಾಗೋ? ಪರವಾಗಿಲ್ಲ ಹಾಗೇ ಮಾಡು" ಎಂದರು ಶಿನ್ನ. ನಾಣ್ಣ ಹೇಳಲು ಶುರು ಮಾಡಿದರು. "ನಾನು ಬರೇ ಮುಖ್ಯ ಅಂಶಗಳನ್ನು ಹೇಳುತ್ತೇನೆ. ಅವುಗಳನ್ನು ಸರಿಯಾಗಿ ತಿಳಿಯಲು ನೀನು ಆ ಪುಸ್ತಕವನ್ನು ಖರೀದಿಸಿ ಓದಿಕೋ, ಆಗದೇ?" ಎಂದು ಕೇಳಿದರು ನಾಣ್ಣ.

"ಸರಿ, ನೀನು ವರ್ರಿ ಮಾಡಬೇಡ. ನಾನು ನಾಳೆಯೇ ಆ ಪುಸ್ತಕವನ್ನು ನಮ್ಮ ಅಂಗಡಿಗೆ ತರಿಸಿಕೊಂಡು ಖರೀದಿಸುತ್ತೇನೆ." ಎಂದರು ಶಿನ್ನ.

" Practical techniques in mental healings.

1. Passing over techniques for impregnating the subconscious.

2. The Visualization technique.

3. Mental Movie method.

4. The Boudoin technique.

5. Sleeping technique.

6. Thank you technique.

7. The affirmative method.

8. The agreementative method.

9. The absolute method."

"ಹೀಗೆ ಒಂಭತ್ತು ವಿವಿಧ ನಮೂನೆಗಳಲ್ಲಿ ನಾವು ನಮ್ಮ ಸುಪ್ತ ಮನಸ್ಸನ್ನು ಜಾಗೃತಗೊಳಿಸಿ ನಮ್ಮ ಜೀವನದಲ್ಲಿ ಸುಖ ಪಡೆಯ ಬಹುದು."

ಶಿನ್ನನಿಗೆ ಇದೆಲ್ಲ ತನಗೆ ಹೇಳಿದ್ದಲ್ಲ ಎಂದು ಅನಿಸಿತು. ಇದೆಲ್ಲ ಮಾಡಬೇಕಾಗಿರುವವರು ನಾಣ್ಣನಂತಹ 'ಪೋಸ್ಟ್ ಮಯೋಕಾರ್ಡಿಯಲ್ ಇನ್‌ಫಾರ್ಕ್‌ಶನ್ ಡಿಪ್ರೆಶ್ಶನ್' ಇರುವವರು. ತನಗೆ ಅಂಥದ್ದೇನೂ ಇಲ್ಲವಲ್ಲ ಎಂದುಕೊಂಡರು. ನಾರಾಯಣ ಪ್ರಭುಗಳು ತನ್ನನ್ನು ತಾನೇ ಈ ಚಿಕಿತ್ಸೆಯಲ್ಲಿ ಹಮ್ಮಿಕೊಂಡಿದ್ದಾರೆ. ಈ ಚಿಕಿತ್ಸೆಗೆ ತನ್ನನ್ನು ಒಳಪಡಿಸಿಕೊಂಡು ಅದರಿಂದ ಲಾಭಪಡೆಯುವ ಉದ್ದೇಶವನ್ನು ತಾವೇ ಯಾರ ವತ್ತಾಯ ಇಲ್ಲದೇ ಒಪ್ಪಿಕೊಂಡಿದ್ದಾರೆ. ಹಾಗಾಗಿ ಈ ಚಿಕಿತ್ಸೆ ಅವರ ಕಾಯಿಲೆಯನ್ನು ಒಂದು ವೇಳೆ ಗುಣಪಡಿಸಿದರೆ ಸಂತೋಷ. ಒಂದು ವೇಳೆ ಗುಣಪಡಿಸದಿದ್ದರೆ ಅವರು ಬೇರೆ ಇನ್ನೊಬ್ಬರನ್ನು ದೂಷಿಸಲಿಕ್ಕೆ ಬಾರದು. "ನಾಣ್ಣ ನಾನು ಮನಸ್ಪೂರ್ವಕವಾಗಿ ನೀನು ಇದರಲ್ಲಿ ಜಯವನ್ನು ಸಾಧಿಸಲಿ ಎಂದು ಆಶಿಸುತ್ತೇನೆ" ಎಂದರು. ಅಷ್ಟರಲ್ಲಿ ಕತ್ತಲಾಗಿತ್ತು. ಇಬ್ಬರೂ ಒಟ್ಟಿಗೆ ಪಾರ್ಕಿನ ಗೇಟಿನಿಂದ ಹೊರಬಂದರು.

೬. ಮನಸ್ಸು ಜಯಿಸಿತು

ಡಾ. ನಾರಾಯಣ ಪ್ರಭುಗಳಿಗೆ ದಿನದಿಂದ ದಿನಕ್ಕೆ ತನ್ನ ಆರೋಗ್ಯದಲ್ಲಿ ಸುಧಾರಣೆ ಕಂಡಿತು. ಸಂಜೆ ಪಾರ್ಕಿನಲ್ಲಿ ಶಿನ್ನ ಭೆಟ್ಟಿಯಾದಾಗ ಹಾಗೆ ಹೇಳಿದರು ಕೂಡ.

"ಶಿನ್ನ, ಒಂದು ಗುಡ್ ನ್ಯೂಸ್, ಏನು ಗೊತ್ತಾ?" ಎಂದರು ನಾಣ್ಣ.

"ಏನದು?" ಎಂದು ಕಿವಿನಿಮಿರಿಸಿ ಕೇಳಿದರು ಶಿನ್ನ.

"ನಾನು ಈಗ ನಿದ್ರೆಯ ಮಾತ್ರೆಗಳನ್ನು ಸೇವಿಸುತ್ತಿಲ್ಲ." ಎಂದರು ನಾಣ್ಣ.

"ಹೊ, ಅದು ನಿಜವಾಗಿ ಗುಡ್ ನ್ಯೂಸ್. ಕಂಗ್ರೇಚುಲೇಶನ್ಸ್" ಎಂದರು ಶಿನ್ನ. "ನಿಮ್ಮ ಆಲ್ಟರ್ನೇಟ್ ಥಿರಪಿ ಸಕ್ಸೆಸ್ ಆಯಿತು, ಅಲ್ಲವೇ?"

"ಹೌದು. ನನಗೆ ಸಂತೋಷ. ನನ್ನ ಹೆಂಡತಿಗೆ ಸಂತೋಷ. ಎಲ್ಲರಿಗೂ ಸಂತೋಷ. ನನ್ನ ಮನಸ್ಸು ಯುದ್ಧದಲ್ಲಿ ಜಯಿಸಿತು. ನಾನೂ ಜಯಿಸಿದೆ." ಎಂದರು ನಾಣ್ಣ.

"ನನ್ನ ವೈದ್ಯಕೀಯ ಶಿಕ್ಷಣವಾಗಲೀ, ಇಷ್ಟು ವರ್ಷದ ನನ್ನ ವೈದ್ಯಕೀಯ ಅನುಭವವಾಗಲೀ ನನಗೆ ಈ ನನ್ನ ಕಾಯಿಲೆಯಿಂದ ಗೆದ್ದು ಹೊರಬರಲು ನೆರವಾಗಲಿಲ್ಲ. ನಿಜವಾಗಿ ನೋಡಿದರೆ ಅಂಥಹ ಜ್ಞಾನದಿಂದ ಮತ್ತು ಅನುಭವದಿಂದ ನನಗೆ ಅನಾನುಕೂಲವೇ ಆಯಿತು. ನಾನು ಭಯಗ್ರಸ್ತನಾದೆ. ಈ ಭಯದಿಂದ ಹೊರಬರಲು ನೆರವಾದದ್ದು 'ಸಿದ್ಧ ಸಮಾಧಿ ಯೋಗ' ಅಂದರೆ ಹೊಸ ಅರಿವಿನ ಅನ್ವೇಷಣೆಯಲ್ಲಿ ನನಗೆ ನಾನೇ ಗುರುವಾದ ಅನುಭವ." ಎಂದರು ನಾಣ್ಣ. ಅವರ ಮುಖದಲ್ಲಿ ಒಂದು ರೀತಿಯ ಆಹ್ಲಾದದ ಚಿನ್ಹೆಗಳು ಕಾಣುತ್ತಿದ್ದವು.

ಶಿನ್ನರಿಗೂ ಇದು ಒಂದು ಆಶ್ಚರ್ಯದ ಸಂಗತಿಯಾಯಿತು. ತಾನು ವೈದ್ಯನಲ್ಲವಾದರೂ ತನಗೆ ಹೆಚ್ಚು ಹೆಚ್ಚು ವೈದ್ಯಕೀಯ ಜ್ಞಾನ ಬರಲಿ ಎಂದು ತಾನು ಎಷ್ಟು ಮೆಡಿಕಲ್ ಪುಸ್ತಕಗಳನ್ನು ಓದಿಲ್ಲ? ಈ ಜಗತ್ತಿನಲ್ಲಿ ಮೆಡಿಕಲ್ ಜ್ಞಾನ ಇದ್ದೇ ಜನರು ತಮ್ಮ ಆರೋಗ್ಯವನ್ನು ಕಾಪಾಡಿಕೊಳ್ಳುತ್ತಾರೆ. ಉದಾಹರಣೆಗೆ ಒಬ್ಬನಿಗೆ ವಾಂತಿ ಭೇಧಿ ಆಗಿ ಡಿಹೈಡ್ರೇಶನ್ ಆದರೆ ತಾನು ತಕ್ಷಣ ಆಸ್ಪತ್ರೆಗೆ ಸೇರಿಕೊಂಡು ಡ್ರಿಪ್ ಹಾಕಿಸಿಕೊಳ್ಳಬೇಕೆಂದು ಗೊತ್ತಿದ್ದರೆ ಅದಕ್ಕಿಂತ ಒಳ್ಳೇದು ಇನ್ನೇನಿದೆ? ಅವನು ಇದರಿಂದ ನಾನು ಭಯಪಟ್ಟೆ ಎಂದು ಹೇಳಿ ಈ ತಿಳುವಳಿಕೆ ನಾನು ಭಯ ಪಟ್ಟು ನಿಷ್ಕ್ರಿಯನಾಗಲು ಕಾರಣವಾಯಿತು ಅಲ್ಲದೇ ನನಗೆ ನೆರವಾಗಲಿಲ್ಲ ಎಂದು ಹೇಳುವುದಾದರೆ ಇದು ಎಲ್ಲಿಯ ಸತ್ಯ ಎಂದು ಯೋಚನೆಗೀಡಾದರು.

"ಇದಕ್ಕೆಲ್ಲಾ ಮುಖ್ಯಕಾರಣ ನನ್ನ ಭದ್ರತೆಯ ಕಲ್ಪನೆ. ನನ್ನ ಭಯಕ್ಕೆ ಕಾರಣ ಇತ್ತೋ ಎಂಬುದು ಒಂದು ಸವಾಲು. ಕಾರಣ ಇಲ್ಲ ಎಂದು ಯಾರಾದರೂ ಹೇಳಬಹುದು ಏಕೆಂದರೆ ನಾನು ಬೇಗ ಬೇಗನೇ ವಾಸಿಯಾಗಿ ನನ್ನ ಈ ಸಿದ್ಧ ಸಮಾಧಿ ಯೋಗದ ನೆರವಿನಿಂದ ಗುಣವಾದೆ. ನಾನು ಓದಿದ ಪುಸ್ತಕಗಳು ಕೂಡ ನನಗೆ ನೆರವಾದುವು. ಉದಾಹರಣೆಗೆ ಭಯವು ವರ್ತಮಾನದಲ್ಲಿ ಇಲ್ಲ ಎಂಬುದು. ಭಯ ಇರುವುದು ಮುಂದೆ ಏನಾಗಬಹುದು ಎಂದು. ಹಿಂದೆ ಆಗಿ ಹೋದ ಸಂಗತಿಗಳು ನಾಳೆ ಪುನಃ ಮರುಕಳಿಸಿ ತನ್ನನ್ನು ತೊಂದರೆಗೊಳಪಡಿಸುವುದೇ ಎಂದು ಭಯ ಆಗುತ್ತದೆ. ಇಲ್ಲವೇ ನಾಳೆ ಹೊಸತೊಂದು ತೊಂದರೆ ಬಂದು ಕಾಡುವುದೇ ಎಂದು ಭಯ ಆಗಬಹುದು. ಸದ್ಯಕ್ಕೆ ಭಯ ಇಲ್ಲ" ಎಂದ ನಾಣ್ಣ.

ಶಿನ್ನನಿಗೆ ಈ ಸಿದ್ಧಾಂತ ತಪ್ಪು ಎನ್ನಿಸಿತು. ಅವರು ನಾಣ್ಣನಿಗೆ ತನ್ನ ಸಂಶಯವನ್ನು ಪರಿಹರಿಸು ಎಂದು ಕೇಳಿಕೊಂಡರು. "ನಾಣ್ಣ ನನಗೆ ಒಂದು ಸಂಶಯ ಹುಟ್ಟಿದೆ. ಭಯದ ಕಲ್ಪನೆ ವರ್ತಮಾನದ್ದೇ. ಎಂದರೆ ಮನುಷ್ಯನಿಗೆ ಭಯ ತಟ್ಟಿರುವುದು ಈಗ. ಭಯವಾಗುವುದು ಈಗ. ಈಗ ಎಂದರೆ ವರ್ತಮಾನದಲ್ಲಿ. ನಿನ್ನೆ ಆಗಿದ್ದ ಭಯವೂ ನಿನ್ನೆನೇ ಆಗಿತ್ತು. ನಿನ್ನೆಯ ವರ್ತಮಾನದಲ್ಲಿ. ನಾಳೆ ಆಗುವ ಭಯ ಈಗ ಇಲ್ಲ. ಅದು ನಾಳೆಯೇ ಬರುತ್ತದೆ. ಭಯದ ವಿಷಯ ಚಾರಿತ್ರಿಕ ಇರಬಹುದು ಇಲ್ಲವೇ ಮುಂದಿನ ದಿನಗಳಲ್ಲಿ ಇರಬಹುದು. ಆದರೆ ಭಯದ ಕಲ್ಪನೆ ವರ್ತಮಾನದ್ದು. ನಾವು ನಿನ್ನೆಯನ್ನು ಈಗ ಅನುಭವಿಸಲು ಆಗುವುದಿಲ್ಲ. ನಾಳೆಯನ್ನು ಕೂಡ ಈಗ ಅನುಭವಿಸುವುದು ಸಾಧ್ಯ ಇಲ್ಲ. ನಾಳೆ ಆಗಬಹುದು ಎಂಬ ಯೋಚನೆಯು ಈಗದ್ದು. ನಾಳೆದ್ದು ಅಲ್ಲ. ನಾವು ಅನುಭವಿಸುವ ಎಲ್ಲಾ ಸಂಗತಿಗಳು ನಮ್ಮ ಈಗಿನ ಕ್ಷಣಕ್ಕೇನೇ ಮಿಸಲು ಇಟ್ಟದ್ದು. ನಿನ್ನೆದ್ದು ನಿನ್ನೆ ಅನುಭವಿಸಿ ತೀರಿದೆವು. ನಾಳೆಯದ್ದನ್ನು ನಾಳೆ ಅನುಭವಿಸುತ್ತೇವೆ. ನಾಳೆ ಆಗುವಂತಹದ್ದನ್ನು ಈಗ ಮನಸ್ಸಿನಲ್ಲಿ ಎಣಿಸಬಹುದು ಅಷ್ಟೆ. ಆ ಎಣಿಕೆ ಈಗದ್ದು. ನಾಳೆದ್ದು ಅಲ್ಲ. ಈಗ ನಮ್ಮ ಕೈ ಯಲ್ಲಿ ನಿನ್ನೆ ಇಲ್ಲ. ನಾಳೆಯೂ ಇಲ್ಲ. ನಮ್ಮ ಕೈಯಲ್ಲಿ ಇರುವುದು ವರ್ತಮಾನ. ಏನಂತಿ?" ಎಂದು ಸವಾಲು ಹಾಕಿದ.

ಈ ಪ್ರಶ್ನೆಗೆ ನಾಣ್ಣ ಉತ್ತರಿಸಲು ಮೊದಲೇ ರೆಡಿ ಆಗಿದ್ದ. ಅವನು ವಿವರಿಸಲು ಶುರುಮಾಡಿದ. "ಶಿನ್ನ ಕಿವಿಕೊಟ್ಟು ಕೇಳು. ನೋಡು. ನಾವು ನಾಳೆಯ ಯೋಚನೆ ಮಾಡಿ ಈಗ ಭಯ ಪಡುತ್ತೇವೆ ಆದುದರಿಂದ ಈಗ ಭಯ ಪಡದಿದ್ದರೆ ನಾಳೆಯ ಯೋಚನೆ ಇಲ್ಲ ಅಲ್ಲವೇ? ನಾಳೆಯ ಯೋಚನೆ ಮಾಡದಿದ್ದರೆ ಈಗ ಭಯ ಪಡುವ ಪ್ರಸಂಗ ಬರುವುದಿಲ್ಲ. ಹೌದೊ ಅಲ್ಲವೋ. ನಾನು ಹೇಳಿದ್ದು ಅರ್ಥವಾಯಿತೋ?"

ಇದು ಕೂಡ ಶಿನ್ನನಿಗೆ ವಿಚಾರ ಇಲ್ಲದ ಉಪದೇಶ ಎನಿಸಿತು. ಅವನು ನಾಣ್ಣನಿಗೆ ಕೇಳಿದ. "ನಾಣ್ಣ ನೀನು ಹೇಳಿದ್ದು ಅರ್ಥವಾಯಿತು. ಆದರೆ ನಿನ್ನ ವಿಚಾರ ಎಲ್ಲರಿಗೂ ಹೇಳಿದ್ದಲ್ಲ. ಹೇಗೆಂದರೆ ಉದಾಹರಣೆಗೆ ನಾವು ನಮ್ಮ ಉಳಿತಾಯ ಖಾತೆಯಲ್ಲಿ ದುಡ್ಡು ಜಮಾ ಮಾಡುವುದು ನಾಳೆಗಾಗಿ ತಾನೆ? ನಾಳೆ ಪರೀಕ್ಷೆ ಇದೆ

ಎಂದು ಇವತ್ತು ಓದದೇ ಇದ್ದವರು ಪರೀಕ್ಷೆಯಲ್ಲಿ ಪಾಸ್ ಆಗುವುದು ಹೇಗೆ? ಇದು ಭಯವೋ ಮುಂಜಾಗ್ರತೆಯೋ ಎಂದು ಹೇಳುವವರಾರು? ಕಾರಣವಿಲ್ಲದೇ ಅಭದ್ರತೆಯನ್ನು ಕಲ್ಪಿಸಿಕೊಂಡವನು ಮನೋರೋಗ ಇರುವವನು. ಅಂಥಹ ಮನೋರೋಗ ಇರುವವನಿಗೆ ನಿನ್ನ ಈ ಸಿದ್ಧಾಂತ ಅನ್ವಯಿಸುತ್ತದೆ ಹೊರತು ಇತರರಿಗೆ ಅಲ್ಲ. ಸರಿಯಾ?"

ನಾಣ್ಣನಿಗೆ ಶಿನ್ನನ ಪ್ರಶ್ನೆ ಈಗ ತಿಳಿಯಿತು. ಅವನು ಬೇಗ ಈ ಸಂವಾದವನ್ನು ಇತ್ಯರ್ಥಮಾಡಲು ಇಷ್ಟ ಪಟ್ಟ. "ನೀನು ಹೇಳುವುದು ಸರಿ ಏಕೆಂದರೆ ನಾನು ಹೇಳುವುದು ಬೇರೆ ನೀನು ಹೇಳುವುದು ಬೇರೆ. ನಾನು ಉದ್ವೇಗ ಎಂದರೆ ಎಂಗ್ಸೈಟಿ ಅಥವಾ ಖಿನ್ನತೆ ಎಂದರೆ ಡಿಪ್ರೆಶ್ಶನ್ ಇರುವವರ ಬಗ್ಗೆ. ನೀನು ಹೇಳುವುದು ಇವೆರಡೂ ಇಲ್ಲದವರ ಬಗ್ಗೆ. ನಾನು ಎಷ್ಟರ ಮಟ್ಟಿಗೆ ಖಿನ್ನನಾಗಿದ್ದೆನೋ ನನಗೇ ಅಂದಾಜಿಲ್ಲ. ಆದರೆ ನಾನು ಖಂಡಿತವಾಗಿಯೂ ಖಿನ್ನತೆಯನ್ನು ಅನುಭವಿಸುತ್ತಿದ್ದೆ. ಖಿನ್ನತೆಯಲ್ಲಿ ಕುತ್ತಿಗೆಯ ತನಕ ಮುಳುಗಿದ್ದೆ. ಈ ಸಿದ್ಧ ಸಮಾಧಿ ಯೋಗ ತರಬೇತಿಯಿಂದ ನಾನು ಹತ್ತೇ ದಿನಗಳಲ್ಲಿ ಚೇತರಿಸಿಕೊಂಡೆ ಎಂದರೆ ನಂಬುವಿಯಾ? ನನಗೆ ಹೃದಯಾಘಾತ ಆದ ಎರಡೇಎರಡು ತಿಂಗಳಲ್ಲಿ ನಾನು ನನ್ನ ಸ್ಕೂಟರನ್ನು ಏರಿದೆ. ಪ್ರಾಣಾಯಾಮ ಮಾಡುವುದು ಕಷ್ಟ ಎಂದು ಕೊಂಡಿದ್ದವ ಪ್ರತಿನಿತ್ಯ ಬೆಳಿಗ್ಗೆ ಮತ್ತು ಸಂಜೆಗೆ ೬೪ ಪ್ರಾಣಾಯಾಮಗಳನ್ನು ನಡೆಸಿದರೂ ನನಗೆ ಎದೆ ನೋವಾಗಲೀ ಅಥವಾ ಕುತ್ತಿಗೆಯ ನರಗಳು ಉಬ್ಬಿಕೊಳ್ಳುವುದಾಗಲೀ ಆಗಲಿಲ್ಲ. ಇವು ಬರಬಹುದೋ ಎಂದು ನನ್ನನ್ನು ಭಯಪಡಿಸಲಿಲ್ಲ. ಆ ಮೇಲೆ ನನಗೆ ಇವುಗಳನ್ನು ಬಿಟ್ಟು ಬಿಡುವ ಮನಸ್ಸು ಬರಲಿಲ್ಲ. ನಾನು ೧೪ ದಿನ ಪೂರ್ತಿ ತರಬೇತಿ ತಗೊಂಡೆ. ಅಲ್ಲದೇ ಆಮೇಲೆ ೧೦ ದಿನಗಳ ಯೋಗಾಸನಗಳ ತರಬೇತಿಗೂ ಹಾಜರಾದೆ. ಆ ಮೇಲೆ ೪ ದಿನಗಳ ನಿತ್ಯ ಸಮಾಧಿಯೋಗದಲ್ಲೂ ಭಾಗವಹಿಸಿದೆ. ಈ ೨೮ ದಿನಗಳ ಅನುಭವ ನನಗೆ ಪುನರ್ಜನ್ಮ ಕೊಟ್ಟಿತು ಎನ್ನಬಹುದು. ಈಗ ನನಗೆ ಭಯವೂ ಇಲ್ಲ ಹೃದಯದ ಕಾಯಿಲೆಯ ಯೋಚನೆಯೂ ಇಲ್ಲ. ನಾನು ನಿಶ್ಚಿಂತನಾಗಿದ್ದೇನೆ. ನಾನು ಭಯದ ಮೇಲೆ ಜಯ ಸಾಧಿಸಿದ್ದೇನೆ."

ಇದನ್ನೆಲ್ಲಾ ಕೇಳಿ ಶಿನ್ನನಿಗೆ ಆನಂದವಾಯಿತು. ಅವರು ನಾಣ್ಣನ ಕೈ ಕುಲುಕಿ "ಶಾಭಾಸ್, ನಾಣ್ಣ. ನಿನ್ನ ಈ ಸಾಹಸವು ನಿನಗೆ ಪಿಹೆಚ್‌ಡಿ ತಂದು ಕೊಳ್ಳಬೇಕು. ನಾನು ತಮಾಷೆ ಮಾಡ್ತಾ ಇಲ್ಲ. ನಿಜವಾಗಿಯೂ" ಎಂದರು.

"ನನಗೆ ಬೇಕಿಲ್ಲ, ಈ ಪಿಹೆಚ್‌ಡಿ. ಅದೊಂದು ಇನ್ನೊಂದು ತಲೆನೋವು. ಈಗ ಗಳಿಸಿದ ಆರೋಗ್ಯವೇ ಸಾಕು ನನಗೆ" ಎಂದರು ನಾಣ್ಣ.

ಆ ಮೇಲೆ ಸ್ವಲ್ಪ ಯೋಚನೆ ಮಾಡಿ ಮಾತಾಡಿದರು.

"ನೋಡು ಶಿನ್ನ. ನೀನೂ ತಮಾಷೆ ಮಾಡ್ತಾ ಇಲ್ಲ ನಾನೂ ತಮಾಷೆ ಮಾಡ್ತಾ ಇಲ್ಲ. ಇಬ್ಬರೂ ಸಿರಿಯಸ್ ಆಗಿಯೇ ಇದ್ದೇವೆ. ಇನ್ನು ಮುಂದೆಯೂ ಇರೋಣ. ಏಕೆಂದರೆ ಸಿದ್ಧ ಸಮಾಧಿ ಯೋಗವು ನನಗೆ ಕೆಡುಕಿನಿಂದ ಒಳಿತಿನೆಡೆಗೆ ನಡೆಯುವ ಗುಟ್ಟನ್ನು ಕಲಿಸಿಕೊಟ್ಟಿದೆ. ನಾನು ಔಷಧರಹಿತ ಚಿಕಿತ್ಸೆಯಿಂದ ಪ್ರಯೋಜನವನ್ನು ಪಡೆದಿದ್ದೇನೆ.

"ನನಗೆ ಈ ಕಾಯಿಲೆ ಬರುವುದಕ್ಕಿಂತ ಮುಂಚೆ ನನ್ನ ಸಮಯವನ್ನು ನಾನು ಇತರರಿಗಾಗಿ ಉಪಯೋಗಿಸಿದೆ ಆದರೆ ನನಗಾಗಿ ಉಪಯೋಗಿಸಿಲ್ಲ. ನನ್ನ ಸ್ವಂತಕ್ಕಾಗಿ ಸಮಯವನ್ನು ಉಪಯೋಗಿಸಲು ನನಗೆ ಸಮಯ ಇಲ್ಲ ಎಂದು ಅನಿಸುತ್ತಿತ್ತು. ಆದರೆ ಈಗ ಸಿದ್ಧ ಸಮಾಧಿ ಯೋಗದ ಅನುಭವ ಆದಮೇಲೆ ನನಗೆ ನನ್ನದೇ ಆದ ಸಮಯ ಇದೆ ಎಂದು ಖಾತ್ರಿ ಆಗಿದೆ."

"ಸಮಯದ ಪ್ರಜ್ಞೆ ಇಲ್ಲದವರು ಹಾಗೆ ಹೇಳುತ್ತಾರೆ. ಮತ್ತು ಸಮಯ ಇಲ್ಲ ಎಂದರೆ ಏನರ್ಥ ಗೊತ್ತೇ, ನಾಣ್ಣ? ಅದೊಂದು ನನಗೆ ಅದರಲ್ಲಿ ಇಂಟರೆಸ್ಟು ಇಲ್ಲ ಎಂದು ಹೇಳುವ ಒಂದು ಪ್ರಕಾರ ಅಷ್ಟೇ." ಎಂದರು ಶಿನ್ನ.

"ಹೌದಪ್ಪಾ, ಹೌದು." ನಾಣ್ಣ ಮುಂದೆ ಹೇಳಿದ. "ಮೊದಲು ನಾನು ತುಂಬಾ ಬಿಝಿಯಾಗಿದ್ದೇನೆಂದು ಅನಿಸುತ್ತಿತ್ತು. ಒಂದು ನಿಮಿಷ ಪುರುಸೊತ್ತು ಇಲ್ಲ ಎಂದು ತಿಳಕೊಂಡಿದ್ದೆ. ಬಿಝಿಯ ಹಿಂದೆ ಎಷ್ಟೆಷ್ಟು ಒತ್ತಡಗಳು! ಅಬ್ಬಬ್ಬಾ. ಎಂತೆಂತಹ ಆತಂಕಗಳು. ಅಸಹಾಯಕತೆಗಳು. ಇವನ್ನೆಲ್ಲಾ ಸೃಷ್ಟಿಸಿದ್ದು ಯಾರು? ಯಾರೂ ಅಲ್ಲ ಸ್ವತಃ ನಾನೇ. ಈ ನನ್ನ ಒತ್ತಡ ಆತಂಕಗಳು ನನ್ನನ್ನು ನಾನು ಹೆಚ್ಚು ಒಳಗೊಂಡಂತೆ ತೋರುತ್ತಿದ್ದರೂ ಅದರಲ್ಲಿ ಸಿಗುತ್ತಿದ್ದ ಸಂತೋಷ ಏನೂ ಇರಲಿಲ್ಲ. ಹಾಗಾಗಿ ಈ ಒತ್ತಡ ಆತಂಕಗಳ ನಡುವೆ ಇಡೀ ದಿನದ ಪ್ರತಿಯೊಂದು ಕ್ಷಣಗಳೂ ನನ್ನದಾಗಿರಲಿಲ್ಲ."

ಶಿನ್ನನಿಗೆ ಈಗ ಅರ್ಥವಾಯಿತು. ಇವನು ಬೇರೆ ಬೇರೆ ತರದ ದಿನನಿತ್ಯದ ಕೆಲಸ ಕಾರ್ಯಗಳಿಗೆ ತನ್ನ ಸಮಯವನ್ನು ಯಾವುದು ಮುಖ್ಯ ಮತ್ತು ಯಾವುದು ಅಮುಖ್ಯ ಎಂದು ವಿಂಗಡಿಸದೇ ಗಲಿಬಿಲಿ ಮತ್ತು ಗೊಂದಲ ತಂದುಕೊಂಡಿದ್ದ ಎಂದು. ಅದಕ್ಕೆ ನಾಣ್ಣನಿಗೆ ಹೇಳಿದ. "ನೀನು ನಿನ್ನ ಕ್ಷಣಗಳನ್ನು ವ್ಯಥಾ ಪೋಲು ಮಾಡುತ್ತಿದ್ದಿ ಎಂದು ಕಾಣುತ್ತೆ. ನಮ್ಮ ಕೆಲಸಗಳನ್ನು ಮಾಡಿ ಮುಗಿಸಲು ನಮಗೆ ಸಿಗುವ ಸಮಯವನ್ನು ಹೇಗೆ ಉಪಯೋಗಿಸಬೇಕು ಎಂಬುದನ್ನು ಮೊದಲೇ ನಿರ್ಧರಿಸಿದರೆ ಆ ಕೆಲಸಗಳು ಆಗಿಹೋಗುತ್ತವೆ. ಬೇರೆ ಬೇರೆ ಕೆಲಸಗಳನ್ನು ನಮ್ಮ ಮನಸ್ಸಿನಲ್ಲೇ ಸಾಲಾಗಿ ಜೋಡಿಸಿಟ್ಟು ಯಾವುದನ್ನು ಮೊದಲು ಮತ್ತು ಯಾವುದನ್ನು ನಂತರ ಮಾಡಬೇಕೆಂದು ನಿಶ್ಚಯಿಸಿದರೆ ಆ ಕೆಲಸಗಳು ಒಂದರ ಹಿಂದೆ ಒಂದು ಆಗಿ ಹೋಗುತ್ತವೆ. ಒಮ್ಮೆ ಒಂದಕ್ಕಿಂತ ಹೆಚ್ಚು ಕೆಲಸಗಳಿಗೆ ಕೈ ಹಾಕಬಾರದು. ಒಂದನ್ನು ಮಾಡಿ ಮುಗಿಸಿದ ಮೇಲೆ ಇನ್ನೊಂದನ್ನು ಶುರು ಮಾಡಬೇಕು. ಇದೆಲ್ಲಾ ನಿನಗೆ ಗೊತ್ತಿರುವ ವಿಷಯವೇ ಅಲ್ಲವೇ? ನಾನು ಹೇಳುವ ಅವಶ್ಯಕತೆ ಎಲ್ಲಿದೆ?" ಎಂದ ಶಿನ್ನ.

ನಾಣ್ಣನಿಗೆ ಶಿನ್ನ ಹೇಳಿದ ಮಾತು ಸರಿ ಎನ್ನಿಸಿತು. ಅವರು ಮುಂದೆ ಹೇಳಿದರು. "ನಾನು ಮೊದಲು ಈ ಸಿದ್ಧ ಸಮಾಧಿ ಯೋಗದ ತರಬೇತಿ ಕಾರ್ಯಕ್ರಮದ ಸಮಯ ಸಂಜೆ ೬ ಗಂಟೆ ಎಂದಾಗ, ಅಯ್ಯೋ ಆ ಹೊತ್ತಿಗೇ ರೋಗಿಗಳು ಜಾಸ್ತಿ ಬರುತ್ತಾರೆ. ನಾನು ನನ್ನ ಕ್ಲಿನಿಕ್ ಬಿಟ್ಟು ಬರಲಿಕ್ಕೆ ಆಗುವುದಿಲ್ಲ ಎಂದು ಹೇಳುವುದೆಂದು ಮಾಡಿದ್ದೆ. ಆ ಮೇಲೆ ಬರಲು ಪ್ರಯತ್ನ ಮಾಡುತ್ತೇನೆ ಎಂದರೆ ಟ್ರೈ ಮಾಡುತ್ತೇನೆ ಎಂದು. ಈ ಟ್ರೈ ಮಾಡುತ್ತೇನೆ ಎನ್ನುವುದು ಇದೆ ಅಲ್ಲ ಅದು ಬಹಳ ಹರಾಮಿ. ಬದುಕಿಗೆ ಬದ್ಧತೆ ಬೇಕು. ನೀವು ಟ್ರೈ ಮಾಡುವುದು ಬೇಡ. ಖಂಡಿತ ಮಾಡುತ್ತೇನೆ ಎಂದು ಮಾಡಲು ಹೊರಡಿ. ಮಾಡು ಅಥವಾ ಮಡಿ. ಸರಿಯಾ?" ಎಂದು ಕೇಳಿದರು ನಾಣ್ಣ.

ಶಿನ್ನ ತಲೆಯಲ್ಲಾಡಿಸಿದರು. ಅವರಿಗೆ ಇದು ಅಕ್ಷರಶಃ ಸರಿ ಎಂದು ತೋರಲಿಲ್ಲ. ಅವರು ನಾಣ್ಣನಿಗೆ ಉದ್ದೇಶಿಸಿ ಮಾತನಾಡಿದರು. "ನೀನು ಹೇಳುವುದು ಭಾಗಶಹ ಸರಿ. ಜೀವನದಲ್ಲಿ ಹಲವು ವಿಷಯಗಳು ಅನಿಶ್ಚಿತ ವಿಷಯಗಳು. ನಾನು ಎಲ್ಲಾ ವಿಷಯಗಳನ್ನು ಖಂಡಿತ ಮಾಡುತ್ತೇನೆ ಎಂದು ಹೊರಟರೆ ನಾನು ಎಷ್ಟು ಪ್ರಯತ್ನಿಸಿದರೂ ಅವು ಆಗುವುದಿಲ್ಲ. ಅಲ್ಲದೇ ಹಲವು ವಿಷಯಗಳು ನಮ್ಮ ಜೀವನಕ್ಕೆ ಅಷ್ಟು ಅಗತ್ಯ ಎಂತಲೂ ಅನಿಸುವುದಿಲ್ಲ. ಸಿದ್ಧ ಸಮಾಧಿ ಯೋಗವು ನಿನಗೆ ಅಗತ್ಯ ಅನಿಸಿರಬಹುದು. ಆದರೆ ನಿನ್ನಂತೆ 'ಮಯೋಕಾರ್ಡಿಯಲ್ ಇನ್‌ಫಾರ್ಕ್‌ಶನ್' ಆದ ಬಳಿಕ ಬರುವ ಖಿನ್ನತೆ ಇಲ್ಲದ ಮಹಾಶಯನಿಗೆ ಈ ತರಬೇತಿ ಅಗತ್ಯ ಇಲ್ಲ ಎನಿಸಬಹುದು. ಅವನದು ತಪ್ಪು ನಿಲುವು ಎಂದು ತರಬೇತಿ ವ್ಯವಸ್ಥೆ ಮಾಡುವವರು ಹೇಳುವುದು ಸಹಜ. ಆದರೆ ಡಾಕ್ಟರ್ ಆಗಿದ್ದವನಿಗೆ ತನ್ನ ಕ್ಲಿನಿಕ್‌ನಲ್ಲಿ ಹಾಜರಾಗಿ ತನ್ನ ರೋಗಿಗಳನ್ನು ಅವರು ಬಂದ ಸಮಯದಲ್ಲಿ ನೋಡುವುದು ಮುಖ್ಯವಾಗುತ್ತದೆ. ಇದು ಹೊಟ್ಟೆಯ ಪ್ರಶ್ನೆ. ರೋಗಿಗಳು ಬಂದು ಫೀಸು ಕೊಟ್ಟರೆನೇ ಈ ವೈದ್ಯನಿಗೆ ಊಟಕ್ಕೆ ಕಾಸು ಸಿಗುವುದು ಹೌದೋ ಅಲ್ಲವೋ?"

ನಾಣ್ಣನಿಗೆ ಶಿನ್ನ ಹೇಳಿದ್ದು ಏನೂ ತಪ್ಪಿಲ್ಲ ಅನ್ನಿಸಿತು. ಆದರೂ ತನ್ನ ಸಿದ್ಧ ಸಮಾಧಿ ಯೋಗದ ಮೇಲಿನ ಪ್ರೀತಿಯನ್ನು ಸಮರ್ಥಿಸಿಕೊಳ್ಳಲು ಅವರು ಮುಂದೆ ಹೇಳಿದರು. "ನಾವು ಜವಾಬ್ದಾರಿಯುತರಾಗಿರಬೇಕು. ನಮ್ಮ ಜವಾಬ್ದಾರಿಯನ್ನು ನಾವು ಮರೆಯಬಾರದು. ನಾವು ನಮ್ಮ ಹೆಂಡತಿ ಮಕ್ಕಳಿಗೆ ಅವರಿಗೆ ಬೇಕಾದ ಆವಶ್ಯಕ ವಸ್ತುಗಳನ್ನು ಪೂರೈಸುವ ಜವಾಬ್ದಾರಿಯನ್ನು ಹೊಂದಿದ್ದೇವೆ. ಸಾಮಾಜಿಕ ನ್ಯಾಯ ಎನ್ನುವುದು ಪ್ರಾರಂಭವಾಗುವುದೇ ನಮ್ಮ ಜವಾಬ್ದಾರಿಯನ್ನು ನಾವು ವಹಿಸುವುದರಿಂದ ಹೊರತು ಸರಕಾರ ಕೊಡಲಿ ಅಥವಾ ಬೇರೆ ಯಾರಾದರೂ ಕೊಡಲಿ ಎಂದರೆ ಅದೇನು ಅಂಗಡಿಯಲ್ಲಿ ಸಿಗುವ ಬೆಲ್ಲವೋ ಸಕ್ಕರೆಯೋ ಅಲ್ಲ ತಾನೇ?" ನಾಣ್ಣ ಉದ್ವೇಗಯುತನಾಗಿ ಕೇಳಿದರು.

"ಆದರೆ ಇದನ್ನೆಲ್ಲಾ ದೇಶದ ಜನರಿಗೆ ಮನದಟ್ಟು ಮಾಡುವವರು ಎಲ್ಲಿದ್ದಾರೆ?" ಎಂದು ಕೇಳಿದರು ಶಿನ್ನ.

ನಾಣ್ಣ ಈಗ ಈ ರೀತಿ ಚರ್ಚೆ ಮಾಡಿ ಉಪಯೋಗವಿಲ್ಲ ಎಂದುಕೊಂಡರು. ಅವರಿಗೆ ಚರ್ಚೆ ಮಾಡಿ ಆಯಾಸವಾಗಿತ್ತು. "ಇವೆಲ್ಲಾ ನಮ್ಮ ಶಿಕ್ಷಣ ಪದ್ಧತಿಯಲ್ಲಿ ವಿದ್ಯಾರ್ಥಿಯು ಮುಂದೆ ವಹಿಸಬೇಕಾದ ಸಾಮಾಜಿಕ ಜವಾಬ್ದಾರಿಯ ಬಗ್ಗೆ ವಿಶೇಷ ಒತ್ತು ಕೊಟ್ಟು, ನಾವು ಸಮಾಜದ ಒಂದು ಭಾಗ, ಸಮಾಜ ಸರಿಯಾಗಿದ್ದರೆ ನಾವು ಸರಿಯಾಗಿರುತ್ತೇವೆ ಎಂಬ ಕಲ್ಪನೆ ಬರುವಂತೆ ತಿಳುವಳಿಕೆ ಹುಟ್ಟಿಸಬೇಕು." ಎಂದರು.

"ನಾವು ಈ ಬದುಕಿನಲ್ಲಿ ನಮ್ಮನ್ನು ಸಾಕಿಸಲಹಿದ ತಂದೆತಾಯಿಗಳಿಂದ, ನಮ್ಮ ಸ್ನೇಹಿತರಿಂದ ಮತ್ತು ನಮ್ಮ ಶಾಲೆಯ ಶಿಕ್ಷಕರಿಂದ ಜೀವನಶೈಲಿಗಳನ್ನು ಕಲಿತುಕೊಳ್ಳುತ್ತೇವೆ. ಕಲಿಯುವುದೆಂದರೇನು? ಅದು ಒಂದು ರೀತಿಯ ಅನುಕರಣೆ. ನಮ್ಮ ಪೋಷಕರು ಹೇಳಿಕೊಟ್ಟಂತೆ ಮತ್ತು ತೋರಿಸಿಕೊಟ್ಟಂತೆ ಅರ್ಥಾತ್ ಅವರು ಮಾಡಿದಂತೆ ನಾವು ಅನುಕರಿಸಿ ಸಾಮಾಜಿಕ ಅಚ್ಚುಕಟ್ಟಿನೊಳಗೆ ಜೀವಿಸಲು ಕಲಿಯುತ್ತೇವೆ. ಹೀಗೆ ಮಾಡುವಾಗ ನಾವು ನಮ್ಮ ಹಿರಿಯರ ಪಾತ್ರಧಾರಿಗಳಾಗಬೇಕಾಗುತ್ತದೆ. ನಮ್ಮದು ನಮ್ಮ ಹಿರಿಯರ ಪಾತ್ರದ ಜೀವನ. ಅವರಂತೆ ನಾವು ಮಾಡಿದರೆ ನಮಗೆ ಖಂಡಿತ ಸೋಲಿಲ್ಲ ಎಂದು ನಂಬಿ ನಾವು ಹಾಗೆ ಮಾಡುತ್ತೇವೆ. ನೀನು ನಿನ್ನ ತಂದೆತಾಯಿಗಳನ್ನು ಅನುಕರಿಸಲು ಇಷ್ಟಪಡುತ್ತಿಯೋ ಅಥವಾ ಯಾರೋ ಒಬ್ಬರು ಸಿದ್ಧ ಸಮಾಧಿ ಯೋಗದ ವ್ಯವಸ್ಥಾಪಕರು ತೋರಿಸಿಕೊಟ್ಟರು ಎಂದು ಅವರನ್ನು ಅನುಕರಿಸುತ್ತೀಯೋ?" ಎಂದು ಕೇಳಿದ ಶಿನ್ನ. ಈಗ ಈ ಚರ್ಚೆ ತೀವ್ರ ಕಾವೇರಿತ್ತು.

"ನಾವು ಪಾತ್ರಧಾರಿಗಳಾಗಬಾರದು." ಎಂದ ನಾಣ್ಣ. "ನಾವು ಸೋಗು ಹಾಕಬಾರದು. ನಾವು ವೈದ್ಯರು ಇನ್ನೊಬ್ಬರೊಡನೆ ಸಲಿಗೆಯಲ್ಲಿ ಇರಬಾರದು ಎಂದಾಗಲೀ, ನಾನು ವಕೀಲ ನನ್ನ ಕಕ್ಷಿದಾರನೊಂದಿಗೆ ನಾನು ದೊಡ್ಡದಾಗಿ ಮಾತನಾಡಬಹುದು. ಆದರೆ ಕಕ್ಷಿದಾರ ಹಾಗೆ ದೊಡ್ಡದಾಗಿ ಮಾತನಾಡಬಾರದು ಎಂದಾಗಲೀ ವೃತ್ತಿ ಪಾತ್ರದ ಗೌರವವನ್ನು ಕಾಪಾಡುವ ನೆಪದಲ್ಲಿ ಪಾತ್ರಗಳನ್ನು ವಹಿಸಿ ಪಾತ್ರಧಾರಿಗಳಾಗಬಾರದು ಎಂದು ನನ್ನ ಮತ. ಇಷ್ಟೇ ನಾನು ಹೇಳುವುದು. ನಾವು ಸಹಜವಾಗಿ ಇರಬೇಕು."

ಕತ್ತಲಾಯಿತೆಂದು ಇಬ್ಬರೂ ಮನೆಕಡೆಗೆ ಹೋದರು.

ಆ ದಿನ ರಾತ್ರಿ ಶ್ರೀನಿವಾಸ ಶೆಣೈಯವರಿಗೆ ತಾನು ಒಂದಿಷ್ಟು ನಾಣ್ಣ ಹೇಳಿದ್ದನ್ನು ಪ್ರಯೋಗಿಸಿ ನೋಡೋಣ ತನ್ನ ಮನೆಯಲ್ಲಿ ಎಂದು ಅನಿಸಿತು. ನಾವೆಲ್ಲ ಸಹಜವಾಗಿ (ಪಾತ್ರಧಾರಿಗಳಾಗದೇ) ಇರಬೇಕು ಎಂದು ನಾಣ್ಣ ಹೇಳಿದ ಮಾತು ಶೆಣೈಗೆ ನೆನಪಿನಲ್ಲಿ ಉಳಿದಿತ್ತು. ಲಕ್ಷ್ಮಮ್ಮನವರು ಹಣ್ಣುಗಳನ್ನು ಹೆಚ್ಚಿ ತಂದು ಶೆಣೈಯವರ ಮುಂದೆ ಇಟ್ಟ ಕೂಡಲೇ "ಥೇಂಕ್ಸ" ಎಂದರು.

ಲಕ್ಷ್ಮಿಗೆ ಇದು ಅಪರೂಪ ಎನ್ನಿಸಿತು. "ಅರೆರೆ ಇದೇನು ಇವತ್ತು ಈ ರೀತಿ ಥೇಂಕ್ಸ ಕೊಡುತ್ತೀರ್ರೀ. ಏನಾಗಿದೆ ನಿಮಗೆ?"

"ಅಲ್ಲ ಕಣೇ, ನಾನು ಪೊಸಿಟಿವ್ಹಿಟಿಯನ್ನು ಬಳಕೆ ಮಾಡುತ್ತಾ ಇದ್ದೇನೆ. ನಾನು ನಿನಗೆ ಪೊಸಿಟಿವ್ಹಿಟಿಯನ್ನು ಕೊಡುತ್ತೇನೆ. ನೀನು ಇದನ್ನು ಸ್ವೀಕರಿಸು" ಎಂದರು.

"ಪುರುಷ ಪ್ರಧಾನ ವ್ಯವಸ್ಥೆಯಲ್ಲಿ ನಾನು ನಿಮ್ಮ ಹೆಂಡತಿ ನಿಮಗೆ ಸಮಾನಳಲ್ಲ ಎಂಬ ಅಸಹಜತೆ ನಿಮ್ಮಲ್ಲಿ ಇದೆಯೇ ಏನು? ಹೆಂಡತಿ ಗಂಡನ ಕೆಲಸಗಳನ್ನು ಪೂರೈಸಲಿಕ್ಕಾಗಿಯೇ ಇರುವವಳು ಎಂದು ನಿಮಗೆ ಅನಿಸುತ್ತದೆಯೋ? ನಾನು ನಿಮಗೆ ನಿಮ್ಮ ಪ್ರಾಣಸ್ನೇಹಿತನಿಗಿಂತ ಹೆಚ್ಚಿನದ್ದನ್ನು ಪೂರ್ತಿಯಾಗಿ, ಎಂದರೆ ದೈಹಿಕವಾಗಿ ಮತ್ತು ಮಾನಸಿಕವಾಗಿ ನೀಡುತ್ತೇನೆ ಎಂಬ ಕಲ್ಪನೆ ನಿಮಗೆ ಬರುತ್ತಾ ಇದೆಯೇ? ನಿಮ್ಮ ಹೆಂಡತಿ ನಿಮಗಾಗಿ ಜೀವಿಸಿದ್ದಾಳೆ ಎಂದು ನೀವು ತಿಳಕೊಂಡಿದ್ದಿರೋ ಇಲ್ಲವೋ?" ಎಂದು ಪ್ರಶ್ನೆ ಹಾಕಿದಳು.

"ಹಾಗಲ್ಲ ಕಣೇ, ನೀನು ಈ ಹಣ್ಣುಗಳನ್ನು ನನಗೆ ಬೇಕಾದಂತೆ ಹೆಚ್ಚಿ ಹೋಳುಗಳನ್ನು ಮಾಡಿ ತಂದು ಕೊಟ್ಟಿಯಲ್ಲ ಅದಕ್ಕೆ ನಾನು ನಿನಗೆ ಥೇಂಕ್ಸ್ ಕೊಡುತ್ತಾ ಇದ್ದೇನೆ. ಒಂದಿಷ್ಟು ಪೊಸಿಟಿವ್ಹಿಟಿಯನ್ನು ಕೊಡುತ್ತಾ ಇದ್ದೇನೆ. ಆದರೂ ಇಷ್ಟರಿಂದಲೇ ನೀನು ಉದ್ವಿಗ್ನಳಾಗ ಬೇಡ. ಹೆಮ್ಮೆ ಪಡಬೇಡ. ಏಕೆಂದರೆ ನಾನು ನಿನ್ನ ಗಂಡ. ನಾನು ದುಡಿಯುತ್ತೇನೆ. ಹಣ ಸಂಪಾದಿಸುತ್ತೇನೆ. ನಿನಗೆ ನನ್ನ ಮನೆಯಲ್ಲಿ ಆಶ್ರಯ ಕೊಟ್ಟಿದ್ದೇನೆ. ನಿನಗಾಗಿ ಹಣ ಖರ್ಚು ಮಾಡಿ ಅಕ್ಕಿ, ಬೇಳೆ, ತರಕಾರಿ, ಟೂತ್ ಪೇಸ್ಟ, ಸಾಬೂನು ಮತ್ತು ಮನೆಗೆ ಏನೆಲ್ಲಾ ಬೇಕೋ ಅದನ್ನೆಲ್ಲಾ ತಂದು ಕೊಡುತ್ತೇನೆ. ಲೈಟ್ ಬಿಲ್, ನೀರಿನ ಬಿಲ್ಲು ಎಲ್ಲಾ ಕಾಲಕಾಲಕ್ಕೆ ಕಟ್ಟಿ ನಿನಗೆ ಅನುಕೂಲ ಕಲ್ಪಿಸಿ ಕೊಟ್ಟಿದ್ದೇನೆ. ಗಂಟೆ ಕಟ್ಲೆ ನೀನು ಫೋನಿನಲ್ಲಿ ಮಾತನಾಡಿದರೂ ಒಬ್ಜೆಕ್ಷನ್ ಮಾಡಲಿಲ್ಲ. ದುಡ್ಡು ಸಂಪಾದಿಸಿ ಶೇಖರಿಸಿ ಅದರಿಂದ ಒಂದು ಸ್ವಂತ ಮನೆಯನ್ನು ಕಟ್ಟಿದ್ದೇನೆ. ದಾಂಪತ್ಯ ಸುಖ ಕೊಟ್ಟಿದ್ದೇನೆ. ನಿನಗೆ ಮಕ್ಕಳು ಹುಟ್ಟಿಸಲು ಸಹಕರಿಸಿದ್ದೇನೆ. ನಮ್ಮ ಮಕ್ಕಳಿಗೆ ವಿದ್ಯಾಭ್ಯಾಸ ಮಾಡಲು ಸವಲತ್ತು ಮಾಡಿ ಕೊಟ್ಟಿದ್ದೇನೆ. ನಾನು ನಿನಗೆ ರೇಷ್ಮೆ ಸೀರೆ ತೆಗೆಸಿ ಕೊಡುವುದಕ್ಕಿಂತ ನಿನಗೆ ಥೇಂಕ್ಸ ಹೇಳಿದರೆ ಹೆಚ್ಚಿನ ಸಂತೋಷ ಆಗುತ್ತೋ ಇಲ್ಲವೋ?"

"ನಿಮಗೂ ಥೇಂಕ್ಸರೀ. ನೀವು ತುಂಬಾ ಒಳ್ಳೆಯವರು. ನನ್ನ ಲೈಫನ್ನು ನೀವು ಸುಖೀಜೀವನವಾಗಿ ಮಾಡಿದಿರಿ ಅದಕ್ಕೆ ನಿಮಗೆ ಥೇಂಕ್ಸ. ನನಗೇನು ಪೊಸಿಟಿವ್ಹಿಟಿ ನಿಮಗಾಗಿ ತಕ್ಕೊಡಲು ಆಗುವುದಿಲ್ಲ ಅಂದು ಕೊಂಡಿರಾ? ಆದರೆ ನಮ್ಮ ಮೀನೂ ಇವತ್ತು ಏನು ಹೇಳಿದಳು ಗೊತ್ತಾ? ಅವಳ ಮಗಳು ಸುಮಿ ಆ ಮುಸ್ಲಿಂ ಹುಡುಗ ಮುನ್ನಾನನ್ನು ಕಂಡರೆ ಅವಳಿಗೆ ತುಂಬಾ ಇಷ್ಟ ಅಂತೆ. ಅವಳು ಅವನನ್ನು ಮದುವೆ ಆಗುತ್ತೇನೆ ಎಂದು ಹಟಹಿಡಿದಿದ್ದಾಳಂತೆ. ಏನು ಕಾಲ ಬಂತು! ನಮ್ಮ ಸಂಪ್ರದಾಯದ ಹುಡುಗಿ ಒಬ್ಬ ಮುಸ್ಲಿಂ ಹುಡುಗನನ್ನು ಮದುವೆ ಆಗುವುದು ಎಂದರೆ ನೀವು ಒಪ್ಪುತ್ತೀರಾ? ವಾಸ್ತವವಾಗಿ ಮೀನೂ ಮತ್ತು ಅವಳ ಯಜಮಾನರು ಅವರ ಮಗಳನ್ನು

ನಮ್ಮ ಹಿಂದೂ ಪದ್ಧತಿಯಲ್ಲಿ ಸಾಕಬಾರದಿತ್ತು. ಅವಳಿಗೆ ನಾವು ನೆಗೆಟಿವ್ಹಿಟಿಯನ್ನು ಕೊಟ್ಟು ಕಷ್ಟದಲ್ಲಿ ಸಿಕ್ಕಿಸಿದೆವು. ನಾವು ಅವಳಿಗೆ ನೆಗೆಟಿವ್ಹಿಟಿ ನೀಡಿದರೂ ಅವಳು ಅದೃಷ್ಟವಶಾತ್ ಪೊಸಿಟಿವ್ ತರನೇ ವರ್ತಿಸುತ್ತಿದ್ದಾಳೆ. ಲಕ್ಷಣವಾಗಿ ಒಬ್ಬ ಸುಂದರ ಮುಸ್ಲಿಂ ಯುವಕನನ್ನು ಮದುವೆ ಮಾಡಿಕೊಳ್ಳುತ್ತಾಳೆ. ನಾವು ಇದರಿಂದ ಸುಮಿಯನ್ನು ದೂರಬಾರದು. ಇದೆಲ್ಲಾ ಮೀನೂವಿಂದೇ ತಪ್ಪು. ಮೀನೂ ಸುಮಿಯನ್ನು ಅವಳಿಗೆ ಇಷ್ಟವಿರುವ ಗಂಡಿನೊಡನೆ ಮದುವೆ ಮಾಡಿಕೊಳ್ಳಲು ಅಡ್ಡಿ ಮಾಡಬಾರದು." ಎಂದು ಲಕ್ಷ್ಮಿ ಹೇಳಿ ಮುಗಿಸುವಷ್ಟರಲ್ಲಿ ಶಿನ್ನ ದಂಗು ಬಡಿದವರಂತೆ ಮೌನವಾದರು.

"ಈ ಪೊಸಿಟಿವ್ಹಿಟಿ ನೆಗೆಟಿವ್ಹಿಟಿ ಎಲ್ಲಿಯವರೆಗೆ ಬಂತು ನೋಡೇ. ನಮ್ಮ ಈ ಊರಿನಲ್ಲಿ ೩೦ ವರ್ಷಗಳ ಹಿಂದೆ ಎಲ್ಲರೂ ಮಡಿವಂತಿಕೆಯಿಂದ ಎಂದರೆ ಅಸಹಜತೆಯಿಂದ ಇದ್ದರು. ಇಲ್ಲಿ ಈಗ ಅರ್ಧಕ್ಕರ್ಧ ನಾಗರಿಕರು ಮುಸ್ಲಿಂ ಜನಾಂಗಕ್ಕೆ ಸೇರಿದವರು ಆಗಿದ್ದಾರೆ. ೩೦ ವರ್ಷಗಳ ಹಿಂದೆ ಅವರದ್ದು ಒಂದೋ ಎರಡೋ ಮನೆ ಇದ್ದುವು. ಈಗ ನಮ್ಮ ಮೀನೂವಿನ ಮಗಳಿಗೂ ಒಬ್ಬ ನಮ್ಮ ಜಾತಿಯ ಹುಡುಗ ಬೇಕು ಎಂದರೂ ಸಿಗುವುದಿಲ್ಲ. ಎಂದರೆ ಅವಳು ಎದುರಿಗೆ ಕಂಡ ಒಬ್ಬ ಮುಸ್ಲಿಂ ಯುವಕನನ್ನು ಮದುವೆ ಆದರೆ ನಾವು ಏಕೆ ಒಬ್ಜೆಕ್ಷನ್ ಮಾಡಬೇಕು ಅಲ್ಲವೇ? ಇನ್ನು ಮುಂದೆ ಕೆಲವೇ ವರ್ಷಗಳಲ್ಲಿ ಮುಸ್ಲಿಂ ಮುಲ್ಲಾಗಳು ಇಲ್ಲಿ ರಾಜ್ಯವಾಳುತ್ತಾರೆ. ನಮ್ಮ ದೇವಸ್ಥಾನಗಳನ್ನೆಲ್ಲ ಧ್ವಂಸಗೊಳಿಸುತ್ತಾರೆ. ಆ ಮೇಲೆ ನಾವು ಮಸೀದಿಗೆ ಹೋದರೂ ಆಗುತ್ತದೆ ಹೋಗದಿದ್ದರೂ ಆಗುತ್ತದೆ."

ಇದನ್ನು ಹೇಳಿ ಪುನಃ ಮೌನವನ್ನು ತಳೆದರು. ಲಕ್ಷ್ಮಮ್ಮನೂ ಏನೂ ಮಾತನಾಡಲಿಲ್ಲ. ಅವರು ಮಲಗುವ ತಯ್ಯಾರಿ ಮಾಡಲು ಹೋದರು.

೭. ನಾನು ಚಾಲನೆಯಲ್ಲಿದ್ದೇನೆ

ಸಂಜೆ ಸ್ವಲ್ಪ ಪಿರಿಪಿರಿ ಮಳೆ ಬರುತ್ತಿತ್ತು. ಮನೆಯಿಂದ ಪಾರ್ಕಿಗೆ ಕಾಲ್ನಡೆಯಲ್ಲಿ ಹೊರಟವರು ಮಳೆ ಬರುತ್ತಿರುವುದನ್ನು ನೋಡಿ ಅಲ್ಲೇ ಹೊಸ್ತಿಲಲ್ಲಿ ತಡೆದು ನಿಂತರು ನಾರಾಯಣ ಪ್ರಭುಗಳು. ಅವರ ಹೆಂಡತಿ ಒಳಗಿಂದ ಕರೆಯುತ್ತಾ, "ರೀ ಇವತ್ತು ಕಾರಿನಲ್ಲಿ ಹೋಗಿ. ಜೋರಾಗಿ ಮಳೆ ಬಂದರೆ ಏನು ಮಾಡುತ್ತೀರಿ?" ಎಂದರು. ನಾಣ್ಣನಿಗೆ ಇದು ಸರಿ ಎನಿಸಿತು. ಅವರು ಒಳಗೆ ಹೋಗಿ ಕಾರಿನ ಚಾವಿಗಳ ಗೊಂಚಲನ್ನು ಜೇಬಿನಲ್ಲಿ ಇಟ್ಟು ಗೇರೇಜಿಗೆ ಹೋಗಿ ಗೇರೇಜಿನ ಬಾಗಿಲನ್ನು ತೆರೆದರು. ನಂತರ ಕಾರಿನಲ್ಲಿ ಕೂತು ರಸ್ತೆಗೆ ಬಂದು ಪಾರ್ಕಿನ ಕಡೆಗೆ ಕಾರನ್ನು ಓಡಿಸಿದರು. ಪದ್ಮಮ್ಮ ಗೇರೇಜಿನ ಬಾಗಿಲು ಮುಚ್ಚುತ್ತಾ ತನ್ನ ಗಂಡನ ಕಾರನ್ನು ಅದು ಮರೆಯಾಗುವ ತನಕ ನೋಡುತ್ತಾ ಇದ್ದರು. ಆ ಮೇಲೆ ಮನೆಯೊಳಗೆ ಹೋದರು. ಕಾರು ಪಾರ್ಕು ಮುಟ್ಟುವಾಗ ಮಳೆ ಪೂರ್ತಿ ನಿಂತಿತ್ತು.

ಕಾರನ್ನು ಸ್ವಲ್ಪ ದೂರ ರಸ್ತೆ ಬದಿಯಲ್ಲಿ ಪಾರ್ಕ್ ಮಾಡಿ ನಾಣ್ಣ ಪಾರ್ಕಿನೊಳಗೆ ಬಂದು ಜೋಗ್ಗಿಂಗ್ ಟ್ರಾಕ್‌ನಲ್ಲಿ ವಾಕಿಂಗ್ ಮಾಡಲಾರಂಭಿಸಿದರು. ಇವತ್ತು ಪಾರ್ಕಿನಲ್ಲಿ ಜನ ಕಡಿಮೆ.

"ಮಳೆ ಬರಬಹುದೆಂದು ಜನರು ಮನೆಯಿಂದ ಹೊರಡಲೇ ಇಲ್ಲ" ಎಂದು ಸ್ವಗತದಲ್ಲಿ ಹತ್ತಿರದಲ್ಲಿ ನಡೆದುಕೊಂಡು ಹೋಗುವವನಿಗೆ ಕೇಳಿಸುವಂತೆ ಹೇಳಿದರು ನಾಣ್ಣ. ಮುಖ ಎತ್ತಿ ನೋಡುತ್ತಾರೆ ಹತ್ತಿರದಲ್ಲಿ ಹೋಗುತ್ತಿರುವ ವ್ಯಕ್ತಿಯು ಬೇರೆ ಯಾರೂ ಅಲ್ಲ. ನಮ್ಮ ಶಿನ್ನ.

"ಏ ಶಿನ್ನ, ಯಾವಾಗ ಬಂದಿಯೋ? ನಾನು ಈಗ ಬಂದೆನಷ್ಟೆ. ನಿನ್ನದು ಎಷ್ಟು ವಾಕಿಂಗ್ ಆಯಿತು? ನಡಿ ಒಟ್ಟಿಗೆ ವಾಕಿಂಗ್ ಮಾಡೋಣ." ಎಂದು ಬಿರುಸಾಗಿ ವಾಕಿಂಗ್ ಮಾಡಲು ಶುರು ಮಾಡಿದರು. ಶಿನ್ನರು ಕೂಡ ಗಿಡ್ಡ ಮನುಷ್ಯನೇ! ಹಾಗಾಗಿ ಇಬ್ಬರೂ ಸಮಸಮ ವೇಗದಲ್ಲಿ ನಡೆದರು. ಇನ್ನು ಚರ್ಚೆ ಶುರು ಆಯಿತು. ಮೊದಲು ನಾಣ್ಣನ ಸರ್ತಿ.

"ನಾವು ನಮ್ಮ ಹುಡುಗರು, ಬೇರೆ ಹುಡುಗರ ಜೊತೆಗೆ ಆಡಿದರೆ ಆಕ್ಷೇಪ ಎತ್ತುವುದಿಲ್ಲ. ಆದರೆ ಹತ್ತು ವರ್ಷಕ್ಕಿಂತ ಹೆಚ್ಚಿನವಯಸ್ಸಿನ ಹುಡುಗಿಯರನ್ನು ದೊಡ್ಡ ಹುಡುಗರೊಂದಿಗೆ ಆಡಲು ಬಿಡುವುದಿಲ್ಲ. "ಏನು ಮಾಡುತ್ತಿದ್ದಿಯೇ, ಬಾ ಇಲ್ಲಿ. ಇಷ್ಟು ದೊಡ್ಡವಳಾದಿ ಅಷ್ಟೂ ತಿಳಿದಿಲ್ಲವೇ ನಿನಗೆ. ಹುಡುಗರೊಂದಿಗೆ ಆಡಬಾರದೆಂದು?" ಎನ್ನುತ್ತೇವೆ. ಗದರಿಸುತ್ತೇವೆ. ಇದು ಯಾಕೆ ಎಂದು ಗೊತ್ತಿದೆಯೇ ನಿನಗೆ" ಎಂದು ಶಿನ್ನನ

ಮುಖ ನೋಡುತ್ತಾ ಕೇಳಿದರು. "ಈ ನಿಲುವು ಅಸಹಜವಾದದ್ದು. ಅಂತಹವರು ಜೀವನ ಪೂರ್ತಿ ನೆಗೆಟಿವ್ಹಿಟಿಯನ್ನು ಪಡೆಯುತ್ತಾರೆ." ಎಂದು ಸೇರಿಸಿದರು.

"ನೀನು ಡಾಕ್ಟರ್ರು. ನಿನಗೆ ನಾನು ವಿವರಿಸಬೇಕಾಗಿಲ್ಲ. ಆದರೂ ಒಂದು ಸಂಗತಿಯನ್ನು ಹೇಳುತ್ತೇನೆ." ಎನ್ನುತ್ತಾ ಶಿನ್ನ ನಾಣ್ಣನ ಕಡೆಗೆ ನೋಡುತ್ತಾ ಅಡ್ಡ ಕಣ್ಣಿನಿಂದ ತಾನು ನಡೆದುಕೊಂಡು ಹೋಗುತ್ತಿರುವ ಟ್ರಾಕ್‌ನಲ್ಲಿ ಹತ್ತಿರದಲ್ಲಿ ಅಕ್ಕಪಕ್ಕದಲ್ಲಿ ಕೇಳಿಸಿಕೊಳ್ಳುವಷ್ಟು ದೂರದೊಳಗೆ ಯಾರೂ ಇಲ್ಲ ಎಂದು ಕಂಡುಕೊಂಡು ತನ್ನ ಮಾತನ್ನು ಮುಂದುವರಿಸಿದರು. "ನಾನು ಚಿಕ್ಕವನಿದ್ದಾಗ ಎಂದರೆ ಹತ್ತು ಹನ್ನೆರಡು ವರ್ಷದವನಿದ್ದಾಗ ನಮ್ಮ ಮನೆಗೆ ರಜೆಯಲ್ಲಿ ಒಬ್ಬ ನೆಂಟರವರ ಹುಡುಗಿ ಉಷೆಯೆಂಬವಳು ಬರುತ್ತಿದ್ದಳು. ಅವಳು ಆರು ವರ್ಷಕ್ಕಿಂತ ದೊಡ್ಡವಳಾಗಿರಲಿಲ್ಲ. ನಾನು ಮತ್ತು ಇನ್ನಿಬ್ಬರು ಹುಡುಗರು ಹುಡುಗಿಯರು ಜೊತೆಯಲ್ಲಿ ಕಣ್ಣುಮುಚ್ಚಾಲೆ ಆಟ ಆಡಲು ಶುರು ಮಾಡಿದೆವು. ಒಮ್ಮೆ ನಾನು ಮತ್ತು ಉಷಾ ಒಂದೇ ಕೋಣೆಯಲ್ಲಿ ಮಹಡಿಯ ಮೇಲೆ ಅಡಗಿಕೂತುಕೊಂಡೆವು. ಈ ಆಟದಲ್ಲಿ ಒಬ್ಬನ ಕಣ್ಣುಗಳನ್ನು ಬಟ್ಟೆಯಿಂದ ಕಟ್ಟಿ ಅವನಿಗೆ ನಮ್ಮನ್ನೆಲ್ಲ ಹುಡುಕಲು ಬಿಡುತ್ತೇವೆ. ಕಣ್ಣು ಮುಚ್ಚಿಕೊಂಡ ಹುಡುಗನು ಹೊರಟಿದ್ದಾನಷ್ಟೆ. ಅವನು ಮೇಲೆ ಬರಲು ಇನ್ನೂ ಸಮಯ ಇದೆ ಎಂದು ಕೊಂಡು ನಾನು ಉಷೆಯನ್ನು ಬಿಗಿಯಾಗಿ ಅಪ್ಪಿಕೊಂಡೆ. ಅವಳನ್ನು ಎಲ್ಲೆಲ್ಲೆಲ್ಲಾ ಮುಟ್ಟಿ ಒತ್ತಿ ಮಾಡಿದೆ. ಅವಳು ಕೂಡ ನನ್ನನ್ನು ಹಾಗೆ ಮಾಡಲು ಬಿಟ್ಟಳು. ಸ್ವಲ್ಪ ಸಮಯದಲ್ಲಿ ನಮ್ಮ ಬಟ್ಟೆಗಳು ಒಂದೆರಡುಕಡೆ ಚಿತ್ತು ಚಿತ್ತು ಆಗಿ ಒದ್ದೆಯಾದುವು. ಅಷ್ಟರಲ್ಲಿ ಆ ಕಣ್ಣುಕಟ್ಟಿಕೊಂಡ ಹುಡುಗನು ನಮ್ಮ ಹತ್ತಿರ ಬಂದ. ನನಗೆ ಆಯಾಸವಾದಂತಾಗಿತ್ತು. ನಾನು ಅವನ ಕೈಯಲ್ಲಿ ಬೇಕೆಂತಲೇ ಸಿಕ್ಕಿ ಬಿದ್ದೆ. ನನಗೆ ನೀರು ಕುಡಿಯಲು ಹೋಗಬೇಕಾಗಿತ್ತು. ಅದಕ್ಕೆ." ಎಂದು ಹೇಳಿ ಶಿನ್ನ ಸುಮ್ಮನಾದ. ನಂತರ ನಾಣ್ಣನು ಉತ್ತರ ಕೊಡುವುದಕ್ಕಿಂತ ಮುಂಚೆನೇ ಹೇಳಿದ. "ಈಗ ಹೇಳು. ನಮ್ಮ ಹುಡುಗಿಯರು ೧೦ ವರ್ಷ ದಾಟಿದ ಮೇಲೆ ದೊಡ್ಡ ಹುಡುಗರೊಂದಿಗೆ ಆಡ ಬಾರದೆನ್ನುವುದು ಸಹಜವೋ ಅಸಹಜವೋ?"

ನಾಣ್ಣ ಮಾತಾಡಲಿಲ್ಲ. ಇಬ್ಬರೂ ಮೌನವಾಗಿ ಮುಂದೆ ನಡೆದರು. ಎರಡು ಮೂರು ಸುತ್ತು ಎಂದರೆ ಸುಮಾರು ಅರ್ಧ ಕಿಲೋಮೀಟರ್‌ನಷ್ಟು ವಾಕಿಂಗ್ ಆದ ಮೇಲೆ ತಮ್ಮ ಮಾಮೂಲಿನ ಬೆಂಚು ಖಾಲಿ ಇದ್ದದ್ದನ್ನು ನೋಡಿ ಅದರ ಮೇಲೆ ಬಂದು ಕುಳಿತರು. ನಾಣ್ಣ ತಾನು ತಂದ ಮಿನರಲ್ ವಾಟರ್ ಬಾಯಿಗಿಟ್ಟು ಸ್ವಲ್ಪ ನೀರು ಕುಡಿದು ಸುಧಾರಿಸಿಕೊಂಡರು. ನಂತರ ಇನ್ನೂ ಕೆಲಹೊತ್ತು ಇಬ್ಬರೂ ಮೌನವಾಗಿಯೇ ಇದ್ದರು. ಶಿನ್ನ ಹೇಳಿದ ಕಥೆ ಸ್ವಲ್ಪ ಸಕತ್ತಾಗಿ ಇತ್ತು ಅದಕ್ಕೆ ಅದನ್ನು ನುಂಗಿ ಹದಮಾಡಿ ಅಂತರ್ಗತ ಮಾಡಲಿಕ್ಕೆ ಇಬ್ಬರಿಗೂ ಸ್ವಲ್ಪ ಸಮಯ ಬೇಕಾಗಿತ್ತು.

"ನಿನ್ನ ಸಿದ್ಧ ಸಮಾಧಿ ಯೋಗದಲ್ಲಿ ಇನ್ನೇನು ಇದೆ? ನಿನ್ನ ತರಬೇತಿ ಕಾರ್ಯಕ್ರಮದಲ್ಲಿ ನಡೆದದ್ದನ್ನು ಎಲ್ಲಾ ನನಗೆ ಹೇಳಿ ಆಯ್ತಾ?" ಎಂದು ಕೇಳಿದ ಶಿನ್ನ.

ಅದಕ್ಕೆ ನಾಣ್ಣಿ ಹೀಗೆ ಹೇಳಿದ. "ಇನ್ನೊಂದು ಪ್ರಮುಖ ವಿಷಯ ನಮ್ಮ ಲೀಡರ್‌ಶಿಪ್ ಗುಣಗಳ ಬಗ್ಗೆ. ನಾವು ನಾಯಕರಾಗ ಬೇಕೋ ಅನುಯಾಯಿಗಳಾಗ ಬೇಕೋ ಎಂದು. ನೋಡು. ನಮ್ಮ ಮನೆಯ ಪ್ರತಿಯೊಂದು ವಸ್ತುವೂ ನಮ್ಮವು ಎಂಬ ಭಾವನೆ ನಮಗೆ ಇದ್ದರೂ ನಾವು ಅವುಗಳ ಮೇಲೆ ಕಟ್ಟಿಕೊಂಡ ಧೂಳು ಕಸ ಇತ್ಯಾದಿ ಆವಾಗಾವಾಗ ಒರೆಸದಿದ್ದರೆ ಅದರ ಅರ್ಥ ಏನು? ನಮ್ಮನ್ನು ಯಾರಾದರೂ ಕರೆದು 'ನೋಡಪ್ಪ ಎಷ್ಟು ಧೂಳು ಮುಚ್ಚಿದೆ. ಒಮ್ಮೆ ಒರೆಸಬಾರದೇ' ಎಂದು ಕೇಳುವ ತನಕ ನಾವು ಕಾದರೆ ಅದು ಅನುಯಾಯಿತ್ವ, ನಾವೇ ಸ್ವತಃ ಧೂಳನ್ನು ತೆಗೆಯಲು ಹೊರಟರೆ ಅದು ನಾಯಕತ್ವ, ನೀನೇನಂತಿ?"

"ಕರೆಕ್ಟ್ ನಾಣ್ಣಿ ನೀನು ಹೇಳಿದ್ದು. ನಮ್ಮ ಮನೆಗಳಲ್ಲಿ ಹೆಚ್ಚಾಗಿ ಹಳ್ಳಿಗಳಲ್ಲಿ ನಾನು ನೋಡಿದ್ದೇನೆ. ಶುಚಿತ್ವದ ಭಾವನೆ ಕಡಿಮೆ. ಬಾವಿಯ ಬಳಿ ಹೋಗಿ ಸ್ನಾನ ಮಾಡುತ್ತಾರೆ. ಸ್ನಾನ ಎಂದರೇನು? ಬರೇ ಒಂದೆರಡು ಬಕೆಟ್ ನೀರನ್ನು ತಲೆಮೇಲೆ ಸುರಿದುಕೊಳ್ಳುವುದು. ಮೈ ಉಜ್ಜಲಿಕ್ಕಿಲ್ಲ ಮಾಡಲಿಕ್ಕಿಲ್ಲ. ಸೋಪೂ ಇಲ್ಲ ಶೀಗೆಯೂ ಇಲ್ಲ. ಹಾಗೆ ನಡೆದು ಬಂದು ಒಂದು ಚಿಕ್ಕ ಚಿಂದಿ ಬಟ್ಟೆಯಿಂದ ಮೈ ಒರೆಸಿ ಕೊಂಡರೆ ಸ್ನಾನದ ಸಂಭ್ರಮ ಮುಗಿಯಿತು." ಎಂದ ಶಿನ್ನ.

ನಾಣ್ಣಿ ತಿರುಗಿ ಬಿದ್ದ. "ಶಿನ್ನ ನಿನಗೆ ನಾನು ಏನು ಹೇಳುತ್ತೇನೆಂದು ಅರ್ಥವಾಗಲಿಲ್ಲ. ನಾನು ಶುಚಿತ್ವದ ಬಗ್ಗೆ ಮಾತನಾಡಿದ್ದಲ್ಲ. ನಾನು ಹೇಳುವುದೇನೆಂದರೆ ನಮ್ಮಲ್ಲಿ ಅನುಯಾಯಿತ್ವದ ಗುಣಗಳು ಇರಬಾರದು. ನಮ್ಮಲ್ಲಿ ನಾಯಕತ್ವದ ಗುಣಗಳು ಇರಬೇಕು ಎಂದು."

"ಎಲ್ಲರೂ ನಾಯಕರಾದರೆ ದೇವರೇ ಗತಿ. ಅದು ನಾಯಿಗಳ ಪ್ರಪಂಚವಾಗುವುದು. ಏಕಂತಿಯೇ?" ಶಿನ್ನ ನಾಣ್ಣಿನ ಉತ್ತರಕ್ಕಾಗಿ ಕಾಯಲಿಲ್ಲ. ಅವರು ತನ್ನ ಮಾತನ್ನು ಮುಂದುವರಿಸಿದರು. "ಒಬ್ಬ ನಾಯಕನು ಹೇಳಿದ್ದನ್ನು ಇನ್ನೊಬ್ಬ ನಾಯಕನು ಮಾಡಲಾರ, ಪಾಲಿಸಲಾರ. ಎಂದ ಮೇಲೆ ಕೆಲಸ ಆಗುವುದೇ ಇಲ್ಲ. ನಾನು ಹೇಳುವುದಾದರೆ ನಾವು ಸೇವೆ ಮಾಡಲು ಕಲಿಯಬೇಕು. ಕಷ್ಟ ಪಡಲು ಸಿದ್ಧರಿರಬೇಕು. ಕೆಲಸದಲ್ಲಿ ಒಬ್ಬರಿಗೊಬ್ಬರು ಸಹಕಾರ ನೀಡಿ ಕೆಲಸವನ್ನು ಪೂರ್ಣಗೊಳಿಸಲು ನೆರವಾಗ ಬೇಕು. ಎಲ್ಲರೂ ಸೇರಿ ಕೆಲಸವನ್ನು ಹೇಗೆ ಮಾಡುವುದೆಂದು ನಿರ್ಧರಿಸಿ ಆ ನಿರ್ಧಾರದ ಅನುಗುಣವಾಗಿ ಒಂದೊಂದು ಭಾಗವನ್ನು ಒಬ್ಬೊಬ್ಬರಿಗೆ ಕೊಟ್ಟು ಮುಗಿಸಬೇಕು. ನಾನು ನಾಯಕ, ನೀನು ನನ್ನ ಅನುಯಾಯಿ ಎಂದು ಕೂಡಬಾರದು." ಎಂದರು.

ನಾಣ್ಣಿ ಕಸಿವಿಸಿಗೊಂಡರು. "ನಾನು ಏನು ಹೇಳಿದರೂ ಇವನು ನನಗೆ ಎಡವಟ್ಟು ಮಾತನಾಡುತ್ತಾನಲ್ಲ. ಇವನು ಹೇಳುವುದರಲ್ಲಿ ತಪ್ಪಿಲ್ಲ ಆದರೆ ನಾನು ಹೇಳುವುದರಲ್ಲಿ ತಪ್ಪಿದೆಯೇ? ಸಿದ್ಧ ಸಮಾಧಿ ಯೋಗದ ತರಬೇತಿ ಕಾರ್ಯಕ್ರಮದಲ್ಲಿ ಹೇಳಿದ್ದು ತಪ್ಪಾಗಲಿಕ್ಕೆ ಕಾರಣ ಇಲ್ಲವಲ್ಲ?" ಎಂದು ಸ್ವಗತದಲ್ಲಿ ಹೇಳಿಕೊಂಡರು.

ನಂತರ ಶಿನ್ನನಿಗೆ ಇನ್ನೊಂದು ಉದಾಹರಣೆ ಹಿಡಿಸಬಹುದು ಎಂದು ಅದನ್ನು ಹೇಳಲು ಶುರುಮಾಡಿದರು.

"ಶಿನ್ನ, ಇಲ್ಲಿ ಕೇಳು. ಈ ಕಥೆ ಹೇಗಿದೆ ನೋಡು. ಒಬ್ಬ ಹೆಂಗಸು ಆಫೀಸಿನಲ್ಲಿ ಕ್ಲಾರ್ಕು. ಅವಳು ಬಾಸ್ ಹೇಳಿದ ಕೆಲಸಗಳನ್ನು ಮಾಡುವುದು. ಹಾಗಾಗಿ ಅವಳು ಆಫೀಸಿನಲ್ಲಿ ಅನುಯಾಯಿ. ಆದರೆ ಅವಳು ಮನೆಗೆ ಬಂದರೆ ಅವಳು ನಾಯಕತ್ವ ವಹಿಸಿ ಮನೆಯ ಕೆಲಸ ಎಲ್ಲಾ ಮಾಡುತ್ತಾಳೆ."

ಶಿನ್ನ "ಇದೇನು ಉದಾಹರಣೆ?" ಎಂದು ಕೇಳಿದ. "ತನ್ನ ಮನೆಯ ಕೆಲಸವನ್ನು ಅವಳು ಮಾಡದೇ ಇನ್ಯಾರು ಮಾಡುತ್ತಾರೆ? ಅವಳದ್ದು ನಾಯಕತ್ವ ಎಂದಾದರೆ ಅನುಯಾಯಿಗಳಿಲ್ಲದ ನಾಯಕತ್ವವಾಯಿತು. ಅನುಯಾಯಿಗಳಿಲ್ಲದ ನಾಯಕತ್ವ ಇದ್ದರೇನು ಬಿದ್ದರೇನು." ಎಂದ ಶಿನ್ನ ತಾನು ಚರ್ಚೆಯಲ್ಲಿ ಗೆಲ್ಲುತ್ತಾ ಇದ್ದೇನೆ ಎಂದು ಎಣಿಸಿಕೊಂಡು.

"ಆದರೆ ಅನೇಕ ಮಹನೀಯರಿಗೆ ತಮ್ಮ ಪತ್ನಿಯ ಕೆಲಸದಲ್ಲಿ ನೆರವಾಗುವುದೆಂದರೆ ಅದು ಅನುಯಾಯಿತ್ವ ಎಂಬ ಭಾವನೆ. ಅವರು ದುಡ್ಡು ಮಾತ್ರ ಕೊಡುವುದು ಉಳಿದ ಮೇನೇಜ್‌ಮೆಂಟ್ ಎಲ್ಲ ಅವರ ಪತ್ನಿಯದ್ದು ಎನ್ನುತ್ತಾರೆ. ಇದು ಎಲ್ಲಿಯ ನ್ಯಾಯ? ಮನೆಯ ಕೆಲಸದಲ್ಲಿ ಗಂಡ ಆದವರು ಸಹಭಾಗಿಯಾದರೆ ಚೆನ್ನಾಗಿರುವುದಿಲ್ಲವೇ? ಗಂಡಂದಿರೂ ಸ್ವಲ್ಪ ಮನೆಯ ಕಸಗುಡಿಸುವುದು, ನೆಲ ಒರೆಸುವುದೂ, ಬಟ್ಟೆ ಒಗೆಯುವುದು ಇತ್ಯಾದಿ ಮಾಡಬಾರದೇ?" ಎಂದು ಕೇಳಿದರು. ನಂತರ ತನ್ನ ವಾದವನ್ನು ಮುಂದುವರೆಸಿದರು. "ಶಿನ್ನ, ನಾಯಕತ್ವದ ವ್ಯಕ್ತಿತ್ವದವರಿಗೆ ಖಿನ್ನತೆ, ಆತಂಕ, ಒತ್ತಡ ಇತ್ಯಾದಿಗಳು ಕಡಿಮೆ ಎನ್ನುವುದು ನಾನು. ಯಾಕೆಂದರೆ ಅವರು ಮಾಡುವ ಎಲ್ಲಾ ಕೆಲಸವೂ ಅವರದ್ದೇ ಎಂಬ ಉತ್ಸಾಹ ಅವರಲ್ಲಿ ಇರುತ್ತದೆ. ಅನುಯಾಯಿಗೆ 'ಅಯ್ಯೋ ಮಾಡಬೇಕಲ್ಲ' ಎಂಬ ಒತ್ತಡ, ಆತಂಕ."

"ನಾಣ್ಣ ನೀನು ಹೇಳುವುದರಲ್ಲಿ ಅರ್ಥ ಇದೆ. ಆದರೆ ಇದು ನಾಯಕತ್ವ ಅಥವಾ ಅನುಯಾಯಿತ್ವದ ಉದಾಹರಣೆಯಲ್ಲ. ಏನಾದರೂ ಒಂದು ಕಥೆ ಹೇಳಿ ಬೇರೆ ಯಾವುದಾದರೂ ಬುದ್ಧಿವಾದ ಹೇಳಿ ಈ ಕಥೆ ಅದರ ಉದಾಹರಣೆ ಎಂದರೆ ಹೇಗೆ ಸರಿಯಾಗಬೇಕು? ಗಂಡ ಮತ್ತು ಹೆಂಡತಿಯ ಮಧ್ಯದಲ್ಲಿ ಯಾರೂ ನಾಯಕ-ಅನುಯಾಯಿ ಎಂಬ ಸಂಬಂಧವನ್ನು ರೂಪಿಸುವುದಿಲ್ಲ. ಅವರಿಬ್ಬರೂ ಒಬ್ಬರಿಗೊಬ್ಬರು ಸರಿಸಮಾನರು. ಹೆಂಡತಿ ಪ್ರೀತಿಯಿಂದ ತನ್ನ ಗಂಡನ ಸೇವೆ ಮಾಡಿದರೆ ಅವಳು ಅನುಯಾಯಿ ಎಂದು ನಾವು ಅವಳನ್ನು ಹೀನೈಸಬಾರದು. ಗಂಡನ ಸೇವೆ ಮಾಡುವುದು ಎಲ್ಲ ಹೆಂಗಸರಿಗೆ ಒಪ್ಪಿಗೆಯೇ. ಒಪ್ಪಿಗೆ ಇಲ್ಲದಿದ್ದುದನ್ನು ಅವಳು ತನ್ನ ಗಂಡನಿಗೆ ಹೇಳಲು ಅಂಜುವುದಿಲ್ಲ. ಆಫೀಸಿನಲ್ಲಿ ಕ್ಲಾರ್ಕು ಆಗಿರುವ ಹೆಂಗಸು ಕೂಡ ತಾನು ಅನುಯಾಯಿ ಎಂದು ತಿಳಿಯಬೇಕಾಗಿಲ್ಲ. ಅಲ್ಲಿಯೂ ನಾಯಕ-ಅನುಯಾಯಿ

ಎಂಬುದು ಅನ್ವಯಿಸುವುದಿಲ್ಲ." ಎಂದರು ಸ್ವಲ್ಪ ನಿರಾಸೆ ಪಟ್ಟು. ಈ ತನ್ನ ಸ್ನೇಹಿತ ನಾಣ್ಣಿ ಮೋಸಹೋಗಿದ್ದಾನೆ ಅನ್ನಿಸಿತು ಅವರಿಗೆ.

ನಂತರ ತನ್ನ ಇನ್ನೂ ಸ್ವಲ್ಪ ಅನಿಸಿಕೆಗಳನ್ನು ನಾಣ್ಣಿನ ಮುಂದಿಟ್ಟರು.

"ಖಿನ್ನತೆ, ಆತಂಕ, ಮತ್ತು ಒತ್ತಡ ಇದ್ದವರನ್ನು ಈ ಕಥೆಗಳು ಸರಿಪಡಿಸುವುದಿಲ್ಲ. ಒಬ್ಬ ಖಿನ್ನ ವ್ಯಕ್ತಿಗೆ ನೀನು ನಾಯಕನಾಗು ಎಂದು ಹೇಳಿದರೆ ಅವನಿಗೆ ಅದು ಅರ್ಥವಾಗುವುದಿಲ್ಲ. ಅವನ ಖಿನ್ನತೆಯ ಕಾರಣ ಹುಡುಕಿ ಅವನ ಮನಸ್ಸಿನಲ್ಲಿ ಯಾವ ರೀತಿಯ ತೊಂದರೆ ಇದೆ ಎಂದು ನಿರ್ಣಯಿಸಿ ಅದಕ್ಕೆ ತಕ್ಕ ಚಿಕಿತ್ಸೆ ಕೊಡಬೇಕು." ನಾಣ್ಣಿ ಒಪ್ಪಲಿಲ್ಲ. ಅವನಿಗೆ ಶಿನ್ನನ ಕಾನೂನು ಹಿಡಿಸಲಿಲ್ಲ. ಆದರೂ ಶಿನ್ನನು ಕೇಳಿದರೆ ಹೇಳಲು ಇನ್ನೂ ವಿಷಯಗಳು ಇವೆ ಎಂದು ತಿಳಿಸುವೆ ಎಂದುಕೊಂಡ.

ಸ್ವಲ್ಪ ಹೊತ್ತು ಮೌನ. ಇಬ್ಬರೂ ದೂರ ದೃಷ್ಟಿ ನೆಟ್ಟು ಏನೋ ಯೋಚಿಸುತ್ತಿದ್ದರು. ಕೊನೆಗೆ ಶಿನ್ನ ಮೌನ ಮುರಿದು ಕೇಳಿದ. "ನಿನ್ನ ಸಿದ್ಧ ಸಮಾಧಿ ಯೋಗದಲ್ಲಿ ಇನ್ನೇನು ಇದೆ? ನಿನ್ನ ತರಬೇತಿ ಕಾರ್ಯಕ್ರಮದಲ್ಲಿ ನಡೆದದ್ದನ್ನು ಎಲ್ಲಾ ನನಗೆ ಹೇಳಿ ಆಯ್ತಾ?" ಎಂದು ಕೇಳಿದ ಶಿನ್ನ.

"ಇಲ್ಲ. ಇದನ್ನೊಂದನ್ನು ಕೇಳು. ಇದು ಚೆನ್ನಾಗಿದೆ." ಎಂದ ನಾಣ್ಣಿ. ಆ ಮೇಲೆ ಶಿನ್ನನ ಮುಖ ನೋಡುತ್ತಾ "ನಿನಗೆ ಮತ್ತು ನನಗೆ ಆಸೆ ಎಂಬುದು ಈಗ ಕಡಿಮೆಯಾಗಿರಬೇಕು ಏಕೆಂದರೆ ನಾವು ವಯಸ್ಸಾದವರು. ನಮ್ಮ ಆಸೆಗಳೆಲ್ಲಾ ತೀರಿ ಹೋಗಿವೆ. ಆದರೆ ಜನಸಾಮಾನ್ಯರಿಗೆ ಆಸೆ ಇದ್ದೇ ಇರುತ್ತದೆ. ನಮಗೆ ಯಾವುದರ ಆಸೆ ಇದೆಯೋ ಅದು ನಮಗೆ ಸಿಕ್ಕಿದರೆ ನಮಗೆ ಎಲ್ಲಿಲ್ಲದ ಸಂತೋಷ ಮತ್ತು ಸುಖ ಸಿಗುತ್ತದೆ ಎಂದು ನಾವು ಭ್ರಮೆಯಲ್ಲಿರುತ್ತೇವೆ. ಭ್ರಮೆಯ ಕೊನೆ ದುಃಖ! ದುಃಖದಿಂದ ಏನೂ ಆಗಬಹುದು. ಪ್ರಳಯವೂ ಕೂಡ. ಜಗತ್ಪ್ರಳಯ ಅಲ್ಲ. ನಮ್ಮ ಪ್ರಳಯ. ಪ್ರಳಯ ಅಂದರೆ ಸಾವು ಅಲ್ಲ. ಡಿಪ್ರೆಶ್ಯನ್. ಡಿಪ್ರೆಶ್ಯನ್ ಆದ ಮೇಲೆ ಮುಗಿಯಿತು. ಅದೇ ಸಾವು. ಜೀವಂತ ಇದ್ದರೂ ಇಲ್ಲದ ಹಾಗಿರುವುದು ಸಾವು ಅಲ್ಲವೇ?"

ಶಿನ್ನನು ಇದನ್ನು ಒಪ್ಪಲಿಲ್ಲ. "ಡಿಪ್ರೆಶ್ಯನ್ ಆದ ಮೇಲೆ ಮುಗಿಯಿತು ಎನ್ನುವುದು ಸರಿಯಲ್ಲ ನಾಣ್ಣಿ" ಎಂದು ಕಳಕಳಿಯಿಂದ ಹೇಳುವಂತೆ ಹೇಳಿದ. "ಡಿಪ್ರೆಶ್ಯನ್ ಎಂದರೆ ಸಾವು ಖಂಡಿತ ಅಲ್ಲ."

"ಮುಖ್ಯವಾಗಿ ನಾವು ನಮ್ಮ ಆಸೆಯನ್ನು ಅದುಮಿಡಬಾರದು. ಅದು ಬಂದರೆ ಬರಲಿ. ಹಾಗೇ ಪ್ರತಿಫಲ ಬಯಸದೇ ಬಿಟ್ಟು ಬಿಡಿ." ಎಂದ ನಾಣ್ಣಿ. ಆ ಮೇಲೆ ಹೇಳಿದ. "ಆಸೆಗಳು ನಮ್ಮ ಸ್ವಾರ್ಥಕ್ಕೆ ಆಗಿರದೆ ಪರರಿಗಾಗಿ ಆಗಿದ್ದರೆ ಅದರ ಹಿಂದೆ ನೀವು ಹೋಗಲೇ ಬೇಕು. ಊರಿಗೊಂದು ಶಾಲೆ ಬೇಕು, ಆಸ್ಪತ್ರೆ ಬೇಕು, ಎಂಬ ಆಸೆ ನಿಮಗೆ

ಮೂಡಿದರೆ ಅದರ ಹಿಂದೆ ಹೋಗಿ. ನಿಮ್ಮಂತೆ ಆಸೆ ಇರುವವರೆಲ್ಲಾ ನಿಮ್ಮ ಜೊತೆ ಸೇರುತ್ತಾರೆ."

ಶಿನ್ನನಿಗೆ ಇದೂ ಸರಿಕಾಣಲಿಲ್ಲ. ಅವನು ನಾಣ್ಣನಿಗೆ ಸವಾಲು ಹಾಕಿಯೇ ಬಿಟ್ಟ. "ನಮ್ಮ ಸಲುವಾಗಿ ನಾವು ಆಸೆ ಪಡಬಾರದು ಎಂದರೆ ಏನರ್ಥ? ನಾವು ವಿದ್ಯಾವಂತರಾಗ ಬಾರದು. ನಾವು ದೊಡ್ಡ ದೊಡ್ಡ ಹುದ್ದೆಗಳಿಗಾಗಿ ಪ್ರಯತ್ನ ಪಡಬಾರದು. ಹಣ ಸಂಪಾದಿಸುವ ಉದ್ದೇಶ ಹೊಂದಿರಬಾರದು. ಅಲ್ಲವೇ?"

"ನಾವು ಆಸೆ ಇಟ್ಟುಕೊಳ್ಳಬಹುದು. ಆದರೆ ಅವುಗಳು ಫಲಿಸದಿದ್ದರೆ ಅಥವಾ ಕಾರ್ಯಗತವಾಗದಿದ್ದರೆ ಬೇಸರಿಸಬಾರದು. ನಮ್ಮ ವೈಯಕ್ತಿಕ ಆಸೆ ಫಲಿಸದಿದ್ದರೆ ಅವುಗಳ ಹಿಂದೆ ಹೋಗ ಬಾರದು. ಪರವಾಗಿಲ್ಲ ಅಥವಾ ತೊಂದರೆ ಇಲ್ಲ ಎಂದುಕೊಳ್ಳಬೇಕು. ಆದರೆ ಪರರಿಗಾಗಿ ನಾವು ಆಸೆ ಪಟ್ಟು ಅವು ಫಲಿಸುವಂತೆ ಅದರ ಹಿಂದೆ ಹೋಗಬೇಕು. ಒಮ್ಮೆ ಅದರ ಹಿಂದೆ ಹೋಗಿ ಫಲಿಸದಿದ್ದರೆ ಇನ್ನೊಮ್ಮೆ ಅದರ ಹಿಂದೆ ಹೋಗಬೇಕು. ಹೀಗೆ ಅದು ಫಲಿಸುವ ತನಕ ಅದರ ಬೆನ್ನು ಬಿಡಬಾರದು."

"ಇದು ಗಾಂಧಿಜೀಯವರಂತಹ ಮಂದಿಯ ಬುದ್ಧಿ. ಈ ರೀತಿಯ ಬುದ್ಧಿ ಉಳ್ಳವನು ಈಗಿನ ಕಾಲದಲ್ಲಿ ಏನನ್ನೂ ಮಾಡಲಾರ." ಎಂದರು ಶಿನ್ನ.

ಶಿನ್ನನಿಗೆ ನಾಣ್ಣನ ಈ ರೀತಿಯ ವಾದಗಳ ಉದ್ದೇಶ ಏನು ಎಂದು ಗೊತ್ತಾಗಲಿಲ್ಲ. ಡಾ. ನಾರಾಯಣ ಪ್ರಭುಗಳು ಇದನ್ನೆಲ್ಲಾ ಹೇಳುವ ಉದ್ದೇಶ ಏನೆಂದರೆ ನಮ್ಮ ಮನಸ್ಸನ್ನು ನಾವು ಸಡಿಲು ಬಿಡಬಾರದು ಎಂಬುದು. ನಾಣ್ಣ ಹೇಳಿದ. "ಮನಸ್ಸು ಕೆಟ್ಟಿತೋ ದೇಹ ಆರೋಗ್ಯವಾಗಿದ್ದೂ ಕೂಡ ಮನಸ್ಸಿನ ಅನಾರೋಗ್ಯದಿಂದಾಗಿ ಕೆಡುತ್ತದೆ ಎಂಬುದು ವೈಜ್ಞಾನಿಕ ಸತ್ಯ."

"ನಮಗೆ ಆಸೆ ಇಲ್ಲವಾದರೆ ನಾವು ಚಾಲನೆಯಲ್ಲಿ ಉಳಿಯುವುದಿಲ್ಲ ಎಂದು ನನ್ನ ಅನಿಸಿಕೆ" ಎಂದ ಶಿನ್ನ. "ನಮಗೆ ಹೊಟ್ಟೆ ಹಸಿವೆ ಆದರೆ ನಾವು ಬರೇ ಅನ್ನ ಸಾರು ಊಟ ಮಾಡಬೇಕು. ಅದನ್ನು ಬಿಟ್ಟು ವಿವಿಧ ಪದಾರ್ಥಗಳ, ಐಸ್ ಕ್ರೀಮ್ ಸಿಹಿತಿಂಡಿಗಳ ಆಸೆ ಇಟ್ಟುಕೊಳ್ಳಬಾರದು ಎಂದು ನಿನ್ನ ತರ್ಕ ಅಲ್ಲವೇ?" ಎಂದು ಕೇಳಿದರು. "ಜೀವನವು ನಮ್ಮ ಆಸೆ ಆಕಾಂಕ್ಷೆಗಳ ಮೇಲೆ ನಿಂತಿದೆ. ನಾವು ಬೇಕು ಎಂದೆನ್ನದೇ ಯಾವುದೂ ಉತ್ಪನ್ನವಾಗುವುದಿಲ್ಲ. ನಾವು ಬೇಕು ಎಂದ ತಕ್ಷಣ ಅದು ಕೆಟ್ಟ ಆಸೆ ಎಂದಾಗುವುದಿಲ್ಲ. ನಾವು ಆಸೆ ಪಡುವಾಗ ಮೊದಲು ಕನಸು ಕಾಣುತ್ತೇವೆ. ನಂತರ ಆ ಕನಸನ್ನು ನೆನಸಾಗಿಸಲು ಪ್ರಯತ್ನ ಪಡುತ್ತೇವೆ. ಈ ಸಿದ್ಧಾಂತದ ಮೇಲೆನೇ ಈ ಜಗತ್ತು ನಡೆಯುವುದು ನಾಣ್ಣ. ನಾನು ಚಾಲನೆಯಲ್ಲಿ ಇದ್ದೇನೆ ಎಂದಾಗ ಬೇಕಾದರೆ ನಾನು ನಾಳೆಯ ಮಾತ್ರವಲ್ಲ ಇನ್ನೂ ಹತ್ತಿಪ್ಪತ್ತು ವರ್ಷಗಳ ಮುಂದಿನ ಆಸೆಗಳ ಯೋಜನೆಗಳನ್ನು ಸಿದ್ಧ ಮಾಡುತ್ತೇನೆ. ನನಗೊಂದು ಮನೆ ಬೇಕು ಎಂದು ಕೊಂಡು ನಾನು ಆಸೆ ಪಟ್ಟು ನಂತರ ಅದಕ್ಕಾಗಿ ಕಷ್ಟ ಪಟ್ಟು ದುಡಿದು ದುಡ್ಡು ಸಂಪಾದಿಸಿದರೆ

ಅದು ತಪ್ಪು ಎನ್ನುತ್ತಿಯಾ? ನನ್ನ ಮರಣವಾದರೆ ನನ್ನ ಪತ್ನಿಗೆ ಒಂದಿಷ್ಟು ದುಡ್ಡು ಸಿಗಲಿ ಎಂದು ನಾನು ಆಸೆ ಪಟ್ಟು ಇನ್ಶೂರೆನ್ಸ ಮಾಡಿಕೊಂಡರೆ ಅದು ಸರಿ ಅಲ್ಲ ಅನ್ನುತ್ತಿಯಾ? ನೀನು ಹೇಳಿದಂತೆ ನಾನು ಆಸೆ ಇಟ್ಟುಕೊಳ್ಳಬಾರದು ಎಂದು ಹೇಳುವುದಾದರೆ ಇನ್ಶೂರೆನ್ಸ್ ಪದ್ಧತಿಯೇ ಕೆಟ್ಟದ್ದು ಎಂದಾಗುತ್ತದೆ. ಆಸೆಯ ಮೇಲೆ ಜಗತ್ತು ನಿಂತಿದೆ. ಹೀಗೆಂದು ನನ್ನ ನಂಬಿಕೆ." ಎಂದ ಶಿನ್ನ.

"ಇರಲಿ ಬಿಡು. ನಾವು ಸುಮ್ಮನೇ ಚರ್ಚೆ ಮಾಡುವುದು ಬೇರೆ ಏನೂ ಕೆಲಸ ಇಲ್ಲ ಅಂತ." ಎಂದ ನಾಣ್ಣ. "ಈಗ ಇನ್ನೊಂದು ವಿಷಯ ಹೇಳುತ್ತೇನೆ. ಇದು ಮನುಷ್ಯನಿಗೆ ತುಂಬಾ ಉಪಯುಕ್ತವಾಗಬಹುದು. ನೋಡು. ನೀವು ಮಗುವಾಗುವುದಾದರೆ ನಿಮಗೆ ದೇವರು ಕಾಣಿಸುತ್ತಾನೆ. ದೇವರು ಇದ್ದಾನೋ ಇಲ್ಲವೋ ಎಂಬ ಚರ್ಚೆಗಿಂತ ದೇವರ ಹೆಸರಿನಲ್ಲಿ ಜಗಳಕಾಯುವುದಕ್ಕಿಂತ ದೇವರನ್ನು ಅವರವರ ನಂಬಿಕೆಗೆ ಶ್ರದ್ಧೆಗೆ ಸರಿಯಾಗಿ ಒಪ್ಪಿಕೊಳ್ಳುವುದೇ ದೇವರು ಎಂಬ ನಿಲುವು ನನ್ನದು. ದೇವರು ಇದ್ದಾನೋ ಇಲ್ಲವೋ ಎಂದು ತೀರ್ಪು ನೀಡುವ ಸಾಮರ್ಥ್ಯ ಯಾರಿಗೂ ಇಲ್ಲ ಎನ್ನುತ್ತೇನೆ. ಏನಂತಿ?" ಎಂದು ನಾಣ್ಣ ಒಂದು ದೀರ್ಘವಾದ ಪ್ರಶ್ನೆಯನ್ನು ಶಿನ್ನನ ಮುಂದೆ ಇಟ್ಟರು.

ಶಿನ್ನ ತುಸು ಆಲೋಚನೆ ಮಾಡಿ "ನಾನು ಮಗುವಾಗುವುದಾದರೆ ನನಗೆ ದೇವರು ಕಾಣಿಸುತ್ತಾನೆ ಎಂದಿಯಲ್ಲ. ಆ ದೇವರು ಯಾರಪ್ಪಾ?" ಎಂದು ಕೇಳಿದ.

"ನನ್ನ ಕಲ್ಪನೆಯಲ್ಲಿ ಒಂದು ಮಗುವೇ ದೇವರು. ನಾವು ಮಗುವಾಗುವುದಾದರೆ ನಾವೇ ದೇವರು ಆದಂತಾಯಿತಲ್ಲ?" ಎಂದರು ನಾಣ್ಣ. ನಂತರ ಮುಂದುವರಿಸಿದ. "ಒಂದು ಮಗುವಿಗೆ ಸ್ವೀಕಾರದಲ್ಲಿಯಾಗಲೀ ನಿರಾಕರಣೆಯಲ್ಲಿಯಾಗಲೀ ಸ್ವಾರ್ಥ ಇಲ್ಲ. ಮಗುವಿನ ಮನಸ್ಸು ದೇವರ ಮನಸ್ಸಿನಂತೆ. ಹಾಗಾಗಿ ಮಗುವಿನ ಒಳಗೆ ದೇವನಿದ್ದಾನೆ ಎನ್ನಲೂ ಬಹುದು."

"ಮಗುವಾಗುವುದಾದರೂ ಹೇಗೆ, ನಾಣ್ಣ?" ಶಿನ್ನನ ಕುತೂಹಲ ಕೆರಳಿತು.

"ಇದಕ್ಕೆ ಉತ್ತರ ಕಷ್ಟ. ಆದರೆ ಮಗುವಿನಂತೆ ಯಾವ ಕೆಟ್ಟ ಯೋಚನೆಗಳು, ದುರಹಂಕಾರ, ದುಸ್ಚಟಗಳನ್ನು ಹೊಂದದಿದ್ದರೆ ನಾವು ಮಗು ಆಗುತ್ತೇವೆ. ಸಿದ್ಧ ಸಮಾಧಿ ಯೋಗದ ತರಬೇತಿ ಪಡೆಯುವಾಗ ನಾನು ಮಗುವಾಗಿರುತ್ತೇನೆ ಎಂದು ಧೃಢಸಂಕಲ್ಪ ಮಾಡಬೇಕು." ಎಂದರು.

"ಕಣ್ಣು ಮುಚ್ಚಿ. ನಾನು ಸ್ವರ್ಗ ತೋರಿಸುತ್ತೇನೆ" ಎಂದರು ನಾಣ್ಣ. ಶಿನ್ನ ಕಣ್ಣು ಮುಚ್ಚಿದ. ಆದರೆ ಸ್ವರ್ಗ ಕಾಣಲಿಲ್ಲ. "ನಿಜವಾಗಿ ಮುಚ್ಚಿದೆಯಾ? ನಾನು ಹೀಗೇ ಉಪಮೆಯಲ್ಲಿ ಹೇಳಿದ್ದು. ನಾವು ಅತ್ಯಂತ ಸಂತೋಷ ಪಟ್ಟಾಗ 'ಸ್ವರ್ಗ ಸಿಕ್ಕ ಹಾಗಾಯ್ತು' ಅನ್ನುತ್ತೇವೆ. ಸ್ವರ್ಗ ಎಂಬುದು ಒಂದು ಕಾಲ್ಪನಿಕ ಲೋಕ. ಸ್ವರ್ಗ ಇರಲಿ ಇಲ್ಲದಿರಲಿ ನಾವು ಕಾಯಾ ವಾಚಾ ಮನಸಾ ಸತ್ಯನಿಷ್ಟನಾಗಿರುವುದೇ ಸ್ವರ್ಗ"

"ನೀನು ಹೇಳಿದ್ದು ರೂಪಾಯಿಗೆ ಹದಿನಾರಾಣೆ ಸರಿಯಾಗಿದೆ" ಎಂದರು ಶಿನ್ನ.

"ಆದರೆ ನೋಡು. ಸತ್ಯ ಎನ್ನುವುದು ಸತ್ಯವಾಗುವುದು ಹೇಗೆ ಎಂದು ಹೇಳುತ್ತೇನೆ. ಸತ್ಯವನ್ನು ಹೇಳಿದರೆ ಅದು ಸತ್ಯವಾಗುತ್ತದೆ. ಯಾವುದು ವಾಸ್ತವಿಕವೋ ಅದು ಸತ್ಯ. ಒಂದು ಅಸತ್ಯದ ಮಾತು ಅಥವಾ ನಡತೆ ನಮ್ಮನ್ನು ಇನ್ನಷ್ಟು ಅಸತ್ಯದ ಕಡೆಗೆ ಕೊಂಡೊಯ್ಯುತ್ತದೆ. ಅಸತ್ಯ ನಮ್ಮನ್ನು ಕಿರಿಕಿರಿ ತಂದುಕೊಡುತ್ತದೆ. ಕಿರಿಕಿರಿ ಹೋಗಲಾಡಿಸಲು ಆಗದಿದ್ದರೆ ಅದು ಆತಂಕಕ್ಕೆ ಎಡೆ ಮಾಡಿಕೊಡುತ್ತದೆ. ಆತಂಕದಿಂದ ನಾವು ಖಿನ್ನತೆಗೆ ಇಳಿಯುತ್ತೇವೆ. ಖಿನ್ನತೆಯಿಂದ ನಮಗೆ ಹೆಚ್ಚಿದ ರಕ್ತದೊತ್ತಡ, ಸಿಹಿಮೂತ್ರ ರೋಗ, ಹೃದ್ರೋಗ, ಗಂಟುನೋವು, ಗ್ಯಾಸ್ ಟ್ರಬಲ್, ತಲೆನೋವು ಇತ್ಯಾದಿಗಳು ಬರುತ್ತವೆ. ಇಂಥಹ ಕಾಯಿಲೆಗಳಿಗೆ ಒಳಗಾದವನಿಗೆ ಮತ್ತೆ ಬಿಡುಗಡೆ ಇಲ್ಲ. ಅವನಿಗೆ ಬದುಕು ಅಸಹ್ಯವಾಗುತ್ತದೆ."

ಶಿನ್ನ ಕೇಳಿದ. "ಸತ್ಯದಿಂದ ಬದುಕುವುದು ಸಾಧ್ಯವೇ, ನಾಣ್ಣ?"

"ಸಾಧ್ಯವಿದೆ. ಸತ್ಯವೆಂದರೆ ಪೊಸಿಟಿವ್ಹಿಟಿ, ಎಂದರೆ ಒಳ್ಳೇತನ. ಪ್ರತಿಯೊಬ್ಬರ ಪೊಸಿಟಿವ್ಹಿಟಿಯೊಂದಿಗೆ ನಮ್ಮ ಪೊಸಿಟಿವ್ಹಿಟಿಯಿಂದ ವರ್ತಿಸುವುದು ಸತ್ಯನಿಷ್ಟ ಬದುಕು. ಪ್ರತಿ ಕ್ಷಣವೂ ಸಂತೋಷ ನೀಡಬೇಕೆಂದಿದ್ದರೆ ಸತ್ಯದ ಕಡೆಗೆ ಮುಖಮಾಡಿ. ಆಗ ನಿಮ್ಮ ಆರೋಗ್ಯ ನಿಮ್ಮ ಕೈಯಲ್ಲೇ ಇರುತ್ತದೆ." ಎಂದರು ನಾಣ್ಣ.

"ಎಂಥ ರತ್ನದಂಥ ಮಾತು, ನಿಜವಾಗ್ಲೂ." ಎಂದ ಶಿನ್ನ.

"ಇನ್ನೂ ಇದೆ. ಕೇಳು" ಎಂದ ನಾಣ್ಣ.

"ನಮ್ಮ ಜಾಗೃತ ಮನಸ್ಸು ಯಾವಾಗಲೂ ತರ್ಕವನ್ನು ಬಯಸುತ್ತದೆ. ತರ್ಕದಿಂದ ಗೆದ್ದದ್ದೆಲ್ಲವೂ ಸರಿ ಎಂಬ ಭ್ರಮೆ ನಮಗಿರುತ್ತದೆ. ಆದರೆ ನಮ್ಮ ಸುಪ್ತ ಮನಸ್ಸು ಅದನ್ನು ಒಪ್ಪುವುದಿಲ್ಲ. ಹಾಗಾಗಿ ನಾವು ತರ್ಕ ಮಾಡದೇ ನನ್ನದೂ ಸರಿ ಅವನದೂ ಸರಿ ಎಂದುಕೊಂಡು ತರ್ಕ ಮಾಡದೇ ಹೊರಬರಬೇಕು. ಆಗ ಇಡೀ ಜಗತ್ತು ನನ್ನದಲ್ಲದ್ದು ನನ್ನದಾಗುತ್ತದೆ."

"ಇಡೀ ಜಗತ್ತು ನಿನ್ನದು ಎನ್ನುತ್ತೀ. ಇದು ಒಂದು ಕಾಲ್ಪನಿಕ ಭಾವನೆಯಲ್ಲವೇ? ಇಡೀ ಜಗತ್ತು ನಿನ್ನದೇ ಆದರೂ ನೀನು ಸಿಂಗಾಪೂರಕ್ಕೆ ಹೋಗಲೂ ಕೂಡ ಅಲ್ಲಿಯ ವಿಸಾ ಮಾಡಿಸಿ ಕೊಳ್ಳಬೇಕು. ಸಾವಿರಾರು ರೂಪಾಯಿ ಕೊಟ್ಟು ಟಿಕೇಟ್ ತಗೊಳ್ಳಬೇಕು ಅಲ್ಲವೇ ನಾಣ್ಣ?" ಎಂದರು ಶಿನ್ನ.

"ಇದು ಒಂದು ಭಾವ ಆದರೂ ಉಪಕಾರಿ. ಎಲ್ಲವೂ ಸರಿಯಾಗಿದೆ ಎಂದು ಒಪ್ಪಿಕೊಂಡರೆ ನಮಗೆ ಮನೋವಿಕಾರ ಹುಟ್ಟುವುದಿಲ್ಲ. ಪ್ರೀತಿ ವಿಶ್ವಾಸ ಗೌರವಗಳು ಹುಟ್ಟುತ್ತವೆ. ಎಲ್ಲವೂ ಸರಿ ಇಲ್ಲ ಎನ್ನುವ ಸ್ಥಿತಿಯಲ್ಲಿ ಆತಂಕ, ಅಸೂಯೆ. ದ್ವೇಷ, ಕೋಪ ಹುಟುತ್ತವೆ." ಎಂದರು ನಾಣ್ಣ ತುಂಬಾ ಆತ್ಮವಿಶ್ವಾಸದಿಂದ.

"ಇದೊಂದು ಹುಚ್ಚು." ಎಂದರು ಶಿನ್ನ. "ನನ್ನ ಕಾರು ನಾನು ಇಗ್ನಿಶನ್ ಕೀ ಹಾಕಿ ತಿರುಗಿಸಿದರೆ ಸ್ಟಾರ್ಟ್ ಆಗದಿದ್ದರೆ ಅದು ಸರಿ ಇಲ್ಲ ಎಂದಾಯಿತು. ಆಗ ನಾನು ಇಲ್ಲ ಅದು ಸರಿ ಇದೆ ಎಂದರೆ ನಾನು ಅದನ್ನು ಡ್ರೈವ್ ಮಾಡುವುದು ಹೇಗೆ? ನೀನೇ ಹೇಳು." ಎಂದು ಪ್ರಶ್ನಿಸಿದರು ಶಿನ್ನ.

"ಅದು ಇರುವುದೇ ಹಾಗೆ. ಅದನ್ನು ಬದಲಾಯಿಸಲು ಆಗುವುದಿಲ್ಲ. ಎನ್ನಬೇಕು." ಎಂದ ನಾಣ್ಣ.

"ಎಂದರೆ ಆ ಮೇಲೆ ನಾನು ಕಾರನ್ನು ಹೊರತೆಗೆಯಲಿಕ್ಕಿಲ್ಲ. ಅಲ್ಲೇ ಬಿಡುವುದು ಗೇರೇಜಿನಲ್ಲಿ ಅಲ್ಲವೇ?"

"ಹೃದಯಾಘಾತದ ಅನುಭವವಾದಂದಿನಿಂದ ನನ್ನನ್ನು ಕಾಡುತ್ತಿದ್ದುದು ಅಭದ್ರತೆ. ಆಮೇಲೆ ಅದರಿಂದ ಉಂಟಾದ ಅನಿದ್ರೆ. ನಿದ್ರೆ ಬರುವುದಿಲ್ಲ. ಇನ್ನು ಬರಲಿಕ್ಕಿಲ್ಲ ಎಂಬುದೇ ದಿನದ ೨೪ ಗಂಟೆಯ ಧ್ಯಾನ. ಯಾರು ಮಾತನಾಡಿದರೂ ಆಡುವುದು ಇದನ್ನೇ. ಆದರೆ ಯಾರಿಗೆ ಬೇಕಾಗಿದೆ ನಾನು ನಿದ್ರೆ ಮಾಡುವುದು? ಎಲ್ಲರೂ 'ನಾಲ್ಕು ದಿನ' ಹೌದಾ ಎಂದು ಕನಿಕರ ತೋರಿಸಿದರು. ಇನ್ನು ಕೆಲವರು ಕೆಲವು ಸಲಹೆ ನೀಡಿದರು. ಮತ್ತೆ ಕೆಲವರು ನನ್ನ ಭಾಷಣವನ್ನು ಮತ್ತೆ ಮತ್ತೆ ಕೇಳುವುದಕ್ಕೆ ಹೆದರಿ ನನ್ನ ಬಳಿ ಸುಳಿಯುವುದನ್ನೇ ಬಿಟ್ಟರು. ಇಂತಹ ನರಕದಲ್ಲಿ ಮುಳುಗುತ್ತಿರುವ ನನ್ನನ್ನು ಧ್ಯಾನವೆಂಬ ಔಷಧ ಮೇಲಕ್ಕೆ ಹಾಕಿತು." ಎಂದರು ನಾಣ್ಣ.

ಶಿನ್ನ ಕೇಳಿದರು. "ನಾಣ್ಣ, ಧ್ಯಾನ ಎಂದರೆ ಏನು?"

"ಧ್ಯಾನ ಎಂದರೆ ಮೌನವಾದ ಸ್ಥಿತಿ. ನಿಮ್ಮ ಜೊತೆ ನೀವೇ ಇರುವುದು. ಇಡೀ ದಿನ ನಿಮ್ಮ ಜೊತೆ ನೀವು ಇಲ್ಲದೇ ಎಲ್ಲೆಲ್ಲಿ ಹೋಗುತ್ತಿರುವುದರಿಂದ ನಿಮಗೆ ಅಭದ್ರತೆಯ ಕಲ್ಪನೆಗಳು ಬರುತ್ತವೆ. ಅಭದ್ರತೆಯ ಕಲ್ಪನೆಗಳಿಂದ ಸಮಸ್ಯೆಗಳು ಹುಟ್ಟುತ್ತವೆ. ಧ್ಯಾನ ಮಾಡುವುದರಿಂದ ನಿಮಲ್ಲಿ ಹೆಚ್ಚು ತಾಳ್ಮೆ, ವಿವೇಕ, ಮತ್ತು ನಿರ್ಲಿಪ್ತತೆ ಮೂಡುತ್ತದೆ. ಸಮಸ್ಯೆ ಹುಟ್ಟುವುದೇ ತಾಳ್ಮೆ, ವಿವೇಕ, ಮತ್ತು ನಿರ್ಲಿಪ್ತತೆ ಇಲ್ಲವಾದಾಗ. ಅವು ನಿಮಗೆ ಸಿಕ್ಕರೆ ಸಮಸ್ಯೆಗಳು ತಮ್ಮಷ್ಟಕ್ಕೇ ಪರಿಹಾರವಾಗುತ್ತವೆ." ಎಂದು ತುಂಬಾ ತಾಳ್ಮೆಯಿಂದ ಹೇಳಿದರು ನಾಣ್ಣ.

ಶಿನ್ನ ಈಗ ಹಸನ್ಮುಖರಾಗಿ ಹೇಳಿದರು. "ಇದು ತೃಪ್ತಿಯ ಪ್ರಶ್ನೆ. ನಮಗೆ ತೃಪ್ತಿ ಉಂಟಾ? ತೃಪ್ತಿ ಇದ್ದಾತನಿಗೆ ಹಿಂಸೆ ಬೇಡ. ತೃಪ್ತಿ ಬರುವುದು ಅರಿವಿನಿಂದ. ನನ್ನ ಹಾಗೇ ಅವನು. ಅವನ ಹಾಗೇ ನಾನು ಎನ್ನುವುದೇ ತೃಪ್ತಿ."

ನಾಣ್ಣರಿಗೆ ಈಗ ಸಮಾಧಾನವಾಯಿತು. ಈ ನನ್ನ ಸ್ನೇಹಿತ ಸುಮಾರಾಗಿದ್ದಾನೆ. ನಾನು ಹೇಳಿದ್ದು ಇವನಿಗೆ ಅರ್ಥವಾಯಿತು ಎಂದುಕೊಂಡರು. ನಂತರ ತನ್ನ ತರ್ಕವನ್ನು ಮುಂದುವರಿಸಿದರು.

"ಯಾವುದೂ ನನ್ನದಲ್ಲದ್ದಾಗುವ ಸ್ಥಿತಿ. 'ಸ್ವಾರ್ಥಬುದ್ಧಿ ಪರಾರ್ಥೇಷು' ಎಂದು ಆಯುರ್ವೇದದ ಪಿತಾಮಹರಲ್ಲೊಬ್ಬರಾದ ವಾಗ್ಬಟ ಎಂಬ ಋಷಿ ಸ್ವಸ್ತವೃತ್ತ ಎಂಬ ಅವರ ಕೃತಿಯಲ್ಲಿ ಹೇಳುತ್ತಾರೆ. ಸ್ವಸ್ಥನಾಗಿ ಇರಬೇಕಾದರೆ ಅವನ ಜೀವನಶೈಲಿ ಹೇಗಿರಬೇಕೆಂದರೆ ಇನ್ನೊಬ್ಬರ ವಸ್ತು ಕೂಡಾ ನನ್ನದೇ ಎನ್ನವಷ್ಟು ಪ್ರೀತಿಯಿಂದ ಜವಾಬ್ದಾರಿಯಿಂದ ವರ್ತಿಸುವುದು." ಎಂದರು.

ಶಿನ್ನ ಈಗ ತನ್ನ ಒಪ್ಪಿಗೆಯನ್ನು ಸೂಚಿಸಿದರು. "ಹೌದು. ಎಲ್ಲವೂ ನಾವು ಎಣಿಸಿದಂತೆ, ನಂಬಿದಂತೆ ಇದೆ. ನಮ್ಮ ಆತ್ಮ ವಿಶ್ವಾಸದಿಂದ ಎಲ್ಲವೂ ಹುಟ್ಟುತ್ತದೆ. ನಾವು ಬದುಕಿಗೆ ಶರಣಾಗ ಬೇಕು. ಅಲ್ಲವೇ?"

"ಹೌದು. ಕರೆಕ್ಟ್. ಆದರೆ ಬದುಕಿಗೆ ಶರಣಾಗಲು ವಿದ್ಯಾರ್ಹತೆ ಬೇಕು. ಎಂದರೆ ನಾವು ವಿವೇಕಿಗಳಾಗಿರಬೇಕು. ನಮ್ಮಲ್ಲಿ ಜ್ಞಾನ ಇರಬೇಕು. ಜ್ಞಾನ ಎಂದರೆ ಪ್ರಜ್ಞಾಪೂರ್ವಕವಾಗಿ ನಾವು ಇನ್ನೊಬ್ಬರಿಗೆ ಕೃತಜ್ಞರಾಗಿರುವುದು ಅಷ್ಟೇ. ಅಜ್ಞಾನ ಅಂದರೆ ಎಲ್ಲವೂ ನನ್ನಿಂದ ಮತ್ತು ನಾನು ಮತ್ತು ನನ್ನದು ಎಂಬ ಮನೋಭಾವದಿಂದ." ನಾಣ್ಣನಿಗೆ ಚರ್ಚೆ ಮಾಡಿ ಮಾಡಿ ಆಯಾಸವಾದಂತಾಗಿ ಅವರು ತನ್ನ ಮಿನರಲ್ ವಾಟರ್ ಬಾಟ್ಲಿಗಾಗಿ ತನ್ನ ಪುಟ್ಟ ಕೈಚೀಲವನ್ನು ಎತ್ತಿದರು. ಅದರಲ್ಲಿದ್ದ ಬಾಟ್ಲಿಯನ್ನು ಹೊರಗೆಳೆದು ತೆಗೆದು ಕೆಲವು ಗುಟುಕು ನೀರನ್ನು ಕುಡಿದರು. "ನಿನಗೆ ನೀರು ಬೇಕಾ" ಎಂದು ಶಿನ್ನುವನ್ನು ಕೇಳಿದರು. ಶಿನ್ನ ಬೇಡವೆನ್ನುವಂತೆ ತಲಯಲ್ಲಾಡಿಸಿದರು.

ಸ್ವಲ್ಪ ಹೊತ್ತಿನ ಮೇಲೆ ಇಬ್ಬರೂ ಇವತ್ತು ಸಾಕು ಎಂದುಕೊಂಡು ಬೆಂಚಿನಿಂದ ಮೇಲೆದ್ದು ಮನೆಕಡೆಗೆ ಹೊರಟರು.

೮. ಇನ್ನು ನನಗೆ ಬೇಡ

ಶಿನ್ನ ಇವತ್ತು ಹುರುಪಿನಲ್ಲಿದ್ದರು. ಪಾರ್ಕಿನಲ್ಲಿ ಹೂಗಳನ್ನು ಹೊತ್ತ ಗಿಡಗಳು ತುಂಬಾ ಸುಂದರವಾಗಿ ಕಂಡವು. ತಂಪಾದ ಗಾಳಿಯು ಹದವಾಗಿ ಬೀಸುತ್ತಿತ್ತು. ಸಂಜೆಯ ಬಿಸಿಲು ಆಹ್ಲಾದದಾಯಕವಾಗಿತ್ತು. ಪಾರ್ಕಿನಲ್ಲಿ ಇನ್ನೂ ಜನರು ತುಂಬಿರಲಿಲ್ಲ. ಒಂದೆರಡು ಬೆಂಚುಗಳಲ್ಲಿ ಮಾತ್ರ ಕೆಲವರು ಆಸೀನರಾಗಿದ್ದರು. ನಾಣ್ಣ ಇನ್ನೂ ಬಂದಿರಲಿಲ್ಲ. ಹಾಗಾಗಿ ಶಿನ್ನ ಇವತ್ತು ಒಂದೆರಡು ಹೆಚ್ಚು ಸುತ್ತು ವಾಕಿಂಗ್ ಮಾಡಿದರು. ಕೊನೆಯ ಸುತ್ತು ಬರುವಷ್ಟರಲ್ಲಿ ನಾಣ್ಣ ಬರುವುದನ್ನು ಕಂಡರು. ನಂತರ ನಾಣ್ಣನೊಂದಿಗೆ ಕೆಲವು ಸುತ್ತು ವಾಕಿಂಗ್ ಮಾಡಿದರು. ಆ ಮೇಲೆ ಇಬ್ಬರೂ ಅವರು ಸಾಮಾನ್ಯವಾಗಿ ಕೂತುಕೊಳ್ಳುವ ಬೆಂಚಿನ ಮೇಲೆ ಬಂದು ಕೂತುಕೊಂಡರು.

"ಇವತ್ತು ಈ ಪಾರ್ಕು ಎಷ್ಟು ಚೆನ್ನಾಗಿ ತೋರುತ್ತದೆ ಅಲ್ಲ?" ಎಂದು ಶುರು ಮಾಡಿದರು ಶಿನ್ನ.

"ಹೌದು ಕಣೋ. ನನಗೂ ಇವತ್ತು ಈ ಪಾರ್ಕಿನ ಸೌಂದರ್ಯ ಹೆಚ್ಚಿದಂತೆ ತೋರುತ್ತದೆ. ಪಾರ್ಕಿನ ಮಾಲಿಯು ಮನಸ್ಸುಕೊಟ್ಟು ತನ್ನ ಕೆಲಸ ಮಾಡುತ್ತಾ ಇದ್ದಾನೆಂಬುದಕ್ಕೆ ಇದೊಂದು ನಿದರ್ಶನ" ಎಂದರು ನಾಣ್ಣ.

"ನಿನ್ನೆ ನೀನು ಹೇಳಿದಿಯಲ್ಲ. ಅಜ್ಞಾನ ಎಂದರೆ ಎಲ್ಲವೂ ನನ್ನಿಂದ ಆಗುವುದು ಎಂದು ತಿಳಿಯುವುದರಿಂದ ಮತ್ತು ನಾನು ಮತ್ತು ನನ್ನದು ಎಂಬ ಮನೋಭಾವದಿಂದ ಎಂದು. ಹಾಗಾದರೆ ನಾವು ಜೀವನದಲ್ಲಿ ಸುಖಸಂತೋಷ ಪಡೆಯಬೇಕಾದರೆ ಜ್ಞಾನವನ್ನು ಪಡೆಯಬೇಕು ಎಂದಂತೆ ಆಯಿತು. ಈ ಜ್ಞಾನ ಎಲ್ಲರಿಗೂ ಬರುತ್ತೆಯೇ?" ಎಂದು ಶಿನ್ನ ಕೇಳಿದರು.

ನಾಣ್ಣನಿಗೆ ಇದರ ಉತ್ತರ ಸುಲಭ ಅನ್ನಿಸಲಿಲ್ಲ. ಅವರು ಸ್ವಲ್ಪ ಹೊತ್ತು ಯೋಚಿಸಿದರು. "ಹ್ಞು, ಎಲ್ಲರಿಗೂ ಬರಲು ಸಾಧ್ಯ ಇದೆ. ನಾವು ಕೇಳಬೇಕು, ಓದಬೇಕು, ಮನನ ಮಾಡಬೇಕು. ನಮ್ಮಲ್ಲಿ ಇರುವ ಜ್ಞಾನದ ನಿಧಿಧ್ಯಾಸನ ಮಾಡಬೇಕು. ಎಂದರೆ ಮನಸ್ಸಿನಲ್ಲೇ ತರ್ಕಿಸಿಕೊಳ್ಳಬೇಕು. ಜ್ಞಾನ ತನ್ನಷ್ಟಕ್ಕೆ ಬರುವುದಿಲ್ಲ. ಒಳ್ಳೆಯ ಪುಸ್ತಕಗಳನ್ನು ಓದಿದರೆ ಬರುತ್ತದೆ. ತರಬೇತಿ ಕ್ಲಾಸಿನಲ್ಲಿ ಭಾಗವಹಿಸಿ ಬರುತ್ತದೆ. ಮನೆಗೆ ಹೋಗಿ ಹೋಂ ವರ್ಕ್ ಮಾಡಿದರೆ ಬರುತ್ತದೆ. ಹೋಂ ವರ್ಕ್ ಎಂದರೆ ತರಬೇತಿ ಕ್ಲಾಸಿನಲ್ಲಿ ಕೇಳಿದ್ದನ್ನು ಹೇಗೆ ನಾನು ನನ್ನ ಜೀವನದಲ್ಲಿ ಚಾಲನೆಗೆ ತರಬಹುದು ಎಂದು ಯೋಚನೆಮಾಡುವುದು."

ಸ್ವಲ್ಪ ಹೊತ್ತು ಇಬ್ಬರೂ ಮೌನವಾಗಿದ್ದರು. ಆಮೇಲೆ ನಾಣ್ಣ ಮುಂದುವರಿಸಿದರು. "ನಮ್ಮ ಜೀವನಧರ್ಮ ಯಾವುದಿರಬೇಕು ಎಂಬುದನ್ನು ನಾವು ಕಂಡುಕೊಳ್ಳಬೇಕು. 'ನಾನು ಯಾರೂ ಅಲ್ಲ' ಎನ್ನುವ ಸ್ಥಿತಿಯಲ್ಲಿ ಸ್ವಾರ್ಥ ಇರುವುದಿಲ್ಲ. ಇದು ಅಹಂಕಾರ ಇಲ್ಲದ ಮುಗ್ಧತೆ. ನಾವು ಸ್ವಾರ್ಥಕ್ಕೆ ಬಲಿಬೀಳುತ್ತೇವೆ. ಸ್ವಾರ್ಥದಿಂದ ನಾವು ಆರೋಗ್ಯವನ್ನು ಕಳಕೊಳ್ಳಬಹುದು. ಆರೋಗ್ಯ ಕಳಕೊಂಡರೆ ವಿಲಿವಿಲಿ ಒದ್ದಾಡಿ ಸಾಯುತ್ತೇವೆ." ಎಂದರು.

ಶಿನ್ನ ಯೋಚನೆಯಲ್ಲಿ ಬಿದ್ದರು. ಆದರೆ ಅವರು ಮಾತನಾಡುವ ಮೊದಲೇ ನಾಣ್ಣ ಮತ್ತೆ ತನ್ನ ವ್ಯಾಖ್ಯಾನವನ್ನು ಶುರುಮಾಡಿದರು.

"ನಮಗೆ ಆರೋಗ್ಯ ಬೇಕಾದರೆ ಬ್ರಹ್ಮಜ್ಞಾನ ಇರಬೇಕು ಎನ್ನುತ್ತದೆ ಸಿದ್ಧ ಸಮಾಧಿ ಯೋಗ. ಸಿದ್ಧ ಸಮಾಧಿ ಯೋಗವು ಒಂದು ಔಷಧ ರಹಿತ ಚಿಕಿತ್ಸಾಕ್ರಮ ಗೊತ್ತಾಯ್ತಾ? ಇಲ್ಲಿ ಜ್ಞಾನ ಎಂದರೆ ಜಾಗರೂಕತೆ ಅಥವಾ ಅರಿವು. ನಮ್ಮಲ್ಲಿ ಎಂಟು ವಿಧದ ಜಾಗರೂಕತೆ ಇದ್ದರೆ ನಮಗೆ ಬ್ರಹ್ಮಜ್ಞಾನ ಬಂದಂತಾಗುತ್ತದೆ. ಒಳ್ಳೆಯ ಶ್ರದ್ಧೆ, ಒಳ್ಳೆಯ ನಿರ್ಣಯ, ಒಳ್ಳೆಯ ಭಾಷೆ, ಒಳ್ಳೆಯ ಸೃಜನಶೀಲತೆ ಎಂದರೆ ಕೆಲಸ, ಒಳ್ಳೆಯ ಜೀವನ, ಒಳ್ಳೆಯ ಸಾಧನೆ, ಒಳ್ಳೆಯ ತಿಳುವಳಿಕೆ, ಮತ್ತು ಒಳ್ಳೆಯ ಧ್ಯಾನ ಇಷ್ಟಿದ್ದರೆ ಬ್ರಹ್ಮ ಜ್ಞಾನ ಬಂತು ಎಂದಾಯಿತು."

"ಹಾಗಾದರೆ ಈ ಜಾಗರೂಕತೆಯನ್ನು ನಾಗರಿಕತೆ ಎಂದು ಹೇಳಬೇಕು. ಬ್ರಹ್ಮ ಎಂಬ ಶಬ್ಧವನ್ನು ಅದಕ್ಕೆ ಕೂಡಿಸಬೇಕಾಗಿಲ್ಲ, ಏನಂತಿ?" ಎಂದು ಕೇಳಿದರು ಶಿನ್ನ.

"ನಾನು ಸಿದ್ಧ ಸಮಾಧಿ ಯೋಗದ ಬಗ್ಗೆ ಹೇಳುವುದು. ಅದರಲ್ಲಿ ಹಾಗೇ ಇದ್ದಾಗ ಅದನ್ನು ನಾನು ಬದಲಿಸಲಿಕ್ಕೆ ಬರುವುದಿಲ್ಲ. ಸರಿಯಾ?" ಎಂದು ಕೇಳಿದರು ನಾಣ್ಣ.

"ಸರಿ. ಮುಂದೆ ಹೇಳು" ಎಂದರು ಶಿನ್ನ.

"ನಾವೆಲ್ಲರೂ ಸಮಾನರು ಎಂದು ಮೊದಲು ಅರಿವನ್ನು ತಂದುಕೊಳ್ಳಬೇಕು. ನನ್ನಂತೆ ಎಲ್ಲರಿಗೂ ಬದುಕಲು ಹಕ್ಕಿದೆ ಎಂದು ಒಪ್ಪಿಕೊಳ್ಳುವುದು, ಮತ್ತು ನಾನು ಎಲ್ಲರಂತೆ ಒಬ್ಬನು, ನನ್ನ ಹಾಗೇ ಎಲ್ಲರೂ, ಎಂಬ ಅರಿವು ಬ್ರಹ್ಮಜ್ಞಾನ. ನಮ್ಮ ಎಲ್ಲಾ ಕಾಯಿಲೆಗಳಿಗೆ ಮೂಲ ಕಾರಣ ಅಸಹನೆ ಮತ್ತು ದ್ವೇಷ. ಮತ್ಸರ, ಕೋಪಗಳು ಕೂಡ ಮನಸ್ಸಿನ ಒತ್ತಡಕ್ಕೆ ಕಾರಣವಾಗುತ್ತವೆ. ಬ್ರಹ್ಮಜ್ಞಾನ ಇರುವವನಲ್ಲಿ ಅಸಹನೆ, ದ್ವೇಷ, ಮತ್ಸರ ಮತ್ತು ಕೋಪಗಳಿಗೆ ಅವಕಾಶ ಇಲ್ಲ. ಸಿದ್ಧ ಸಮಾಧಿ ಯೋಗದಲ್ಲಿ ತರಬೇತಿದಾರರಿಗೆ ಬ್ರಹ್ಮಜ್ಞಾನ ಕೊಡಲಾಗುತ್ತದೆ. ಇದಕ್ಕೆ ಬ್ರಹ್ಮೋಪದೇಶ ಎನ್ನಬಹುದು." ಎಂದರು ನಾಣ್ಣ.

ಶಿನ್ನನಿಗೆ ಇದನ್ನೆಲ್ಲಾ ಕೇಳಿ ಹೊಸ ಹೊಸ ವಿಷಯಗಳನ್ನು ತಾನು ಕಲಿಯುತ್ತಾ ಇದ್ದೇನೆ ಎಂದನಿಸಿತು. "ಹಾಗಾದರೆ ಇವೆಲ್ಲವುಗಳಿಂದ ನಿನಗೆ ಪ್ರಯೋಜನ ಆಯಿತು ಅಲ್ಲವೇ?" ಎಂದು ಕೇಳಿದ.

"ಖಂಡಿತ. ನಾನು ಬೇಗ ಬೇಗನೇ ಮೊದಲಿನ ನನ್ನ ಆರೋಗ್ಯಕರ ಸ್ಥಿತಿಗೆ ಬಂದು ಮುಟ್ಟಿದೆ. ನನ್ನ ಖಿನ್ನತೆ ಪೂರ್ತಿ ಮಾಯವಾಯಿತು. ನನ್ನ ಕ್ಷಣಗಳು ನನಗೆ ಮರಳಿ ಬಂದುವು." ಎಂದರು ನಾಣ್ಣ.

"ನೀನು ಈಗ ಮೊದಲಿನಂತೆ ಆದಿ ಎಂದಾದರೆ ಅದೊಂದು ದೊಡ್ಡ ಸಾಧನೆಯೇ ಸರಿ. ಕಂಗ್ರಾಚ್ಯುಲೇಶನ್ಸ್"ಎಂದರು ಶಿನ್ನ.

"ಇನ್ನೂ ಇದೆ. ಹೇಳುತ್ತೇನೆ. ನೋಡು ಈ ಯೋಗ, ಧ್ಯಾನ, ಪ್ರಾಣಾಯಾಮ ಇದೆಲ್ಲಾ ಯಾರಿಗೆ ಮತ್ತು ಯಾಕೆ ಬೇಕು ಎಂದು ಸ್ವಲ್ಪ ಹೇಳುತ್ತೇನೆ. ಇದು ಎಲ್ಲರಿಗೂ ಆರೋಗ್ಯವನ್ನು ಕಾಪಾಡಲು ಬೇಕು. ಪ್ರಾಣಾಯಾಮ ಮತ್ತು ಧ್ಯಾನಗಳು ಯೋಗದ ವಿಭಾಗಗಳು. ಯೋಗದ ವಿಭಾಗಗಳು ಹೀಗಿವೆ. ಯಮ, ನಿಯಮ, ಆಸನ, ಪ್ರಾಣಾಯಾಮ, ಪ್ರತ್ಯಾಹಾರ, ಧ್ಯಾನ, ಧಾರಣ ಮತ್ತು ಸಮಾಧಿ. ಇವುಗಳಿಂದ ಮನುಷ್ಯನು ಆರೋಗ್ಯವಂತನಾಗುತ್ತಾನೆ ಎಂಬುದರಲ್ಲಿ ಸಂಶಯವಿಲ್ಲ." ಎಂದರು ನಾಣ್ಣ.

"ಇದನ್ನು ನಾನು ಒಪ್ಪುತ್ತೇನೆ. ಇದು ಸಾವಿರಾರು ವರ್ಷಗಳಿಂದ ನಮ್ಮ ಭಾರತದಲ್ಲಿ ಚಾಲನೆಯಲ್ಲಿದೆ ಅಲ್ಲವೇ?" ಎಂದು ಕೇಳಿದರು ಶಿನ್ನ.

"ಹೌದು. ಈಗಿನ ಕಾಲದಲ್ಲಿ ಕೂಡ ಎಷ್ಟೋ ಮಂದಿ ಯೋಗಿಗಳಾಗಿದ್ದಾರೆ. ಯೋಗಿ ಎಂದರೆ ಯೋಗಾಭ್ಯಾಸ ಮಾಡುವವರು." ಎಂದರು ನಾಣ್ಣ. ಸ್ವಲ್ಪ ಹೊತ್ತಿನ ಮೇಲೆ ಮುಂದೆ ಹೇಳಿದರು. "ಧ್ಯಾನ ಎನ್ನುವುದೂ ಒಂದು ಜ್ಞಾನ. ಜ್ಞಾನ ಪೂರ್ತಿ ಬಂದರೆ ನಾವು ಸಮಾಧಿಗೆ ಬರುತ್ತೇವೆ. ನಮ್ಮ ಮನಸ್ಸಿಗೆ ನಾವು ಎಣಿಸಿದಷ್ಟು ವಿಶ್ರಾಂತಿ ಸಿಗುವುದಿಲ್ಲ. ಆಳವಾದ ವಿಶ್ರಾಂತಿ ಮತ್ತು ನೆಮ್ಮದಿ ಮನಸ್ಸಿಗೆ ಇಲ್ಲವಾದರೆ ನಮ್ಮ ಸೃಜನಶೀಲತೆ ನಾಶವಾಗುತ್ತದೆ. ಧ್ಯಾನದಿಂದ ಮನಸ್ಸಿಗೆ ವಿಶ್ರಾಂತಿ ತಂದು ಕೊಳ್ಳಬಹುದು. ಕೆಲವೇ ಕೆಲವು ಬಾರಿ ನಾವು ಧ್ಯಾನಸ್ಥರಾದಾಗ ಸಮಾಧಿಯ ಅನುಭವ ಆಗುವ ಸಾಧ್ಯತೆ ಇದೆ. ಧ್ಯಾನದಲ್ಲಿ ಇದ್ದಾಗ ನಾವು ಏಕಾಗ್ರತೆಯಲ್ಲಿ ಇರುವುದಲ್ಲ. ಧ್ಯಾನದಲ್ಲಿ ನಾವು ಏನೂ ನಿರೀಕ್ಷಿಸಲಿಕ್ಕಿಲ್ಲ. ಬರೇ ವಿಶ್ರಾಂತಿಯನ್ನು ಅನುಭವಿಸುವುದು. ಆದರೆ ನಮ್ಮಲ್ಲಿ ತುಂಬಾ ಬಗೆಯ ಯೋಚನೆಗಳು ಬರುತ್ತವೆಯೆಂದಾದರೆ ನಾವು ಒಂದು ಶಬ್ಧ ಅಥವಾ ಅಕ್ಷರವನ್ನು ಆಯ್ದು ಅದನ್ನು ನೆನಪಿಸಿಕೊಂಡು ಯೋಚನೆಗಳನ್ನು ಹೊಡೆದೋಡಿಸಬೇಕು. ಈ ಶಬ್ಧ ಅಥವಾ ಅಕ್ಷರಕ್ಕೆ ಮಂತ್ರ ಎನ್ನುತ್ತಾರೆ."

ನಾಣ್ಣನಿಗೆ ಇನ್ನೂ ಹೇಳುವ ಹುರುಪು ಇತ್ತು. ಶಿನ್ನನಿಗೆ ಇನ್ನೂ ಕೇಳುವ ಹುರುಪು ಇತ್ತು ಕೂಡ. ಇದನ್ನು ಅರಿತ ನಾಣ್ಣ ತನ್ನ ಮಾತನ್ನು ಮುಂದುವರಿಸಿದರು. "ಕಳವಳ, ಖಿನ್ನತೆ, ತಲ್ಲಣ ಮೊದಲಾದ ಮಾನಸಿಕ ಸಮಸ್ಯೆ ಇರುವವರು ಧ್ಯಾನಸ್ಥರಾದರೆ

ಅದ್ಭುತ ಫಲಿತಾಂಶ ಪಡೆಯಬಹುದು. ಧ್ಯಾನಸ್ಥ ಸ್ಥಿತಿಯಲ್ಲಿ ನಾವು ಎಚ್ಚರ ಇದ್ದು ಎಚ್ಚರ ಇಲ್ಲದಂತೆ ಇರುತ್ತೇವೆ. ಇದು ಅಜ್ಞಾತಸ್ಥಿತಿ ಅನ್ನಬಹುದು. ಕೇವಲ ೧೫ ನಿಮಿಷಗಳ ಅಜ್ಞಾತಸ್ಥಿತಿಯಿಂದ ನೀವು ಪೂರ್ಣತ್ವದೆಡೆಗೆ ಚಲಿಸಲು ಈ ಧ್ಯಾನದ ಅಭ್ಯಾಸ ಸಹಾಯಕವಾಗುವುದು. ಅಸ್ತಮಾ, ಅಪಸ್ಮಾರ, ನರರೋಗ, ಶೀತರೋಗ, ತಲೆನೋವು, ರಕ್ತಹೀನತೆ, ಅನಿದ್ರೆ ಮತ್ತು ಆತಂಕ ಇತ್ಯಾದಿ ರೋಗಗಳನ್ನು ನಿಯಂತ್ರಣದಲ್ಲಿ ತರಲು ಸಿದ್ಧ ಸಮಾಧಿ ಯೋಗವು ತುಂಬಾ ಉಪಯುಕ್ತವಾಗಿದೆ. ಔಷಧರಹಿತ ಚಿಕಿತ್ಸಾ ಪದ್ಧತಿಯಲ್ಲಿ ಮೊದಲನೆಯದು ಪ್ರಾಣಾಯಾಮ, ಎರಡನೆಯದು ಯೋಗಾಸನ. ಧ್ಯಾನ ಮತ್ತು ಸಮಾಧಿಗಳು ಕೂಡ ಉಪಯೋಗಕರವಾಗಿವೆ. ಇದರಲ್ಲಿ ಹಸಿ ಆಹಾರಕ್ಕೆ ಹೆಚ್ಚು ಒತ್ತು ಕೊಡಲಾಗಿದೆ. ಜ್ಞಾನವೂ ಇದರ ಒಂದು ಭಾಗ. ಜ್ಞಾನವೆಂದರೆ ಪೊಸಿಟಿವ್ಹಿಟಿ ಮತ್ತು ನೆಗೆಟಿವ್ಹಿಟಿಗಳ ಬಗ್ಗೆ ಅರಿವು. ಆಧ್ಯಾತ್ಮವು ದ್ವಂದ್ವಾತೀತ ಸ್ಥಿತಿಯ ವ್ಯಾಖ್ಯೆ. ಆಧ್ಯಾತ್ಮವೇ ಜೀವನಧರ್ಮ, ಪ್ರಕೃತಿಯ ವಿರುದ್ಧ ಹೋಗದಿರುವುದು ಕೂಡ ಈ ಪದ್ಧತಿಯಲ್ಲಿ ಬೆಳೆದುಬಂದ ವಿಷಯ. ನಮ್ಮ ಜೀವನಧರ್ಮದಲ್ಲಿ ನಾವು ಪ್ರಕೃತಿಯತ್ತ ವಾಲಬೇಕು."

ನಾಣ್ಣಿ ತನ್ನ ಮಾತು ನಿಲ್ಲಿಸಿದ ಕೂಡಲೇ ಶಿನ್ನ ಅವರಿಗೆ ಒಂದು ಪ್ರಶ್ನೆ ಹಾಕಿದ. "ಧ್ಯಾನದಲ್ಲಿ ಬೀಜಾಕ್ಷರ ಮತ್ತು ಮಂತ್ರ ಎಂದರೇನು? ಇವುಗಳ ಬಗ್ಗೆ ಸ್ವಲ್ಪ ಹೇಳುತ್ತಿಯಾ ನಾಣ್ಣಿ?"

"ಹ್ಞೂಂ. ಖಂಡಿತ. ನಿನಗೆ ಎಲ್ಲವನ್ನೂ ವಿವರಿಸುವುದೇ ನನ್ನ ಗುರಿ." ಎಂದರು ನಾಣ್ಣಿ. ಆ ಮೇಲೆ ಮುಂದುವರಿಸಿದರು. "ಓಂ ಬಗ್ಗೆ ಸಾಕಷ್ಟು ಹೇಳುವುದಿದೆ. ಓಂ ಎಂಬುದು ಮೂರು ಅಕ್ಷರಗಳಿಂದ ಉಂಟಾದ ಶಬ್ಧ. ಅ, ಉ, ಮ ಈ ಮೂರು ಅಕ್ಷರಗಳು. ಓಂ ಎಂಬ ಶಬ್ಧವನ್ನು ಪ್ರಾಣಾಯಾಮ ಮತ್ತು ಯೋಗಾಸನಗಳನ್ನು ಪೂರೈಸಿದ ನಂತರ ೨೭ ಬಾರಿ ಪಠಿಸುವುದು ಆರೋಗ್ಯ ದೃಷ್ಟಿಯಿಂದ ಉಪಯುಕ್ತ. ಯೋಗಾಸನಗಳ ಪೈಕಿ ಶವಾಸನವು ತುಂಬಾ ಉಪಯುಕ್ತವಾಗಿದೆ. ಜೀವ ಇಲ್ಲದ ದೇಹದ ಹಾಗೆ ಮನಸ್ಸು ಮತ್ತು ದೇಹವನ್ನು ಸ್ತಬ್ಧಗೊಳಿಸುವುದು ಶವಾಸನ. ಇದೊಂದು ಯೋಗನಿದ್ರೆಯ ಕ್ರಮ. ಯೋಗನಿದ್ರೆಯಿಂದ ಆಂತರಿಕ ಶಕ್ತಿ ಹೆಚ್ಚಿ ಆತ್ಮವಿಶ್ವಾಸ ಪುಟಿಯುತ್ತದೆ. ಉಳಿದ ಯಾವುದೇ ಯೋಗಾಸನ ಪ್ರಾಣಾಯಾಮಗಳನ್ನು ಕೆಲವೊಂದು ಸಂದರ್ಭಗಳಲ್ಲಿ ಮಾಡಲಾಗದಿದ್ದರೂ ಶವಾಸನವನ್ನು ರಾತ್ರಿ ನಿದ್ದೆ ಹೋಗುವ ಮೊದಲು ಮಾಡುವುದರಿಂದ ದೇಹದ ದಣಿವು ನಿವಾರಣೆಯಾಗಿ ದೇಹದಲ್ಲಿ ಜೀವನೋತ್ಸಾಹವು ಚಿಮ್ಮುವುದು. ದೀರ್ಘ ಕಾಲಿಕ ಕಾಯಿಲೆಗಳು ನಿಯಂತ್ರಿಸಲ್ಪಡುವುವು.

ಇಷ್ಟು ಹೇಳಿ ದಣಿದ ನಾಣ್ಣಿ ತನ್ನ ಮಿನರಲ್ ವಾಟರ್ ಬಾಟ್ಲಿಯಿಂದ ಒಂದೆರಡುಕ ಗುಟುಕು ನೀರನ್ನು ಕುಡಿದು ಶಿನ್ನನ ಪ್ರತಿಕ್ರಿಯೆಗಾಗಿ ಕಾದನು.

ಈಗ ಶಿನ್ನನ ಸರದಿ. "ನನಗೆ ಇನ್ನು ಬೇಡ. ನನಗೆ ಸಾಕು. ನೀನು ಹೇಳಿದ ಯಾವ ಅಭ್ಯಾಸವನ್ನೂ ಮಾಡಲು ನನಗೆ ಪ್ರೇರೇಪಣೆ ಇಲ್ಲ. ನಿನಗೆ ಆದಂತೆ ನನಗೆ

ಹೃದಯಾಘಾತ ಆಗಲೀ ಏಂಜೈನಾ ಆಗಲೀ ತಟ್ಟಿಲ್ಲ. ತಟ್ಟಿದರೆ ನನಗೆ ಡಿಪ್ರೆಶ್ಶನ್ ಆಗಬಹುದೆಂದು ಸದ್ಯಕ್ಕೆ ತೋರುವುದಿಲ್ಲ. ಏಕೆಂದರೆ ನನಗೆ ಸಾವಿನ ಹೆದರಿಕೆ ಇಲ್ಲ. ನಾನು ಊಟ ಒಂದು ಮಾಡುತ್ತೇನೆ. ಮಲಗುತ್ತೇನೆ. ಬಚ್ಚಲಿಗೆ ಹೋಗುತ್ತೇನೆ. ನಡೆಯುತ್ತೇನೆ. ಓಡುತ್ತೇನೆ. ಹಾಡುತ್ತೇನೆ. ಓದುತ್ತೇನೆ. ಇದೆಲ್ಲಾ ಮಾಡುತ್ತೇನೆ. ಆದರೆ ನನಗೆ ಬೇರೆ ಏನೂ ಬೇಡ." ಎಂದರು ಶಿನ್ನ. ಅವರಿಗೆ ಪ್ರಾಯ ಎಪ್ಪತ್ತೊಂದು ಆಗುತ್ತಾ ಬಂದಿತ್ತು. "ನನಗೆ ಎಲ್ಲದರಲ್ಲೂ ಮನಸ್ಸು ಇದೆ. ಆದರೆ ನಾನು ರಿಟಾಯರ್ಡ್ ಮನುಷ್ಯ. ಉಳಿದ ಆಯುಷ್ಯವನ್ನು ಹೆಚ್ಚು ತೊಂದರೆಗಳನ್ನು ಕೈಕೊಳ್ಳದೇ ಸಾಗಿಸುವ ಗುರಿ ನನ್ನದು. ನನಗೆ ಇನ್ನೊಂದು ಮಾರ್ಗ ತೋಚುವುದಿಲ್ಲ. ನಾನು ಇನ್ನು ಏನು ಮಾಡಬೇಕಾಗಿದೆ? ನನ್ನ ಮಕ್ಕಳೆಲ್ಲಾ ದೊಡ್ಡವರಾಗಿ ಮದುವೆಯಾಗಿ ಮಕ್ಕಳಾಗಿ ಅವರಷ್ಟಕ್ಕೆ ಜೀವನ ಮಾಡಿಕೊಂಡು ಒಳ್ಳೆಯ ಆದಾಯ ಇದ್ದು ಮನೆ ಕಾರು ಎಲ್ಲಾ ಇದ್ದು ಆರಾಮಾಗಿ ಇದ್ದಾರೆ." ಎಂದು ಹೇಳಿ ನಾಣ್ಣನ ಕಡೆ ನೋಡಿದರು. ನಾಣ್ಣ ಮುಗುಳ್ನಕ್ಕು ತಾನು ಇದನ್ನು ನಿರೀಕ್ಷಿಸಿದ್ದೆ ಎಂಬಂತೆ ಕೇಳುತ್ತಾ ಕೂತಿದ್ದರು. ಶಿನ್ನ ಮುಂದುವರಿಸಿದರು. "ನನ್ನ ಜೀವನದ ಪ್ರತಿ ಹಂತದಲ್ಲಿ ನನ್ನ ಮನಸ್ಸು ಕಾಲಕ್ಕೆ ತಕ್ಕಂತೆ ನಿಲುವು ಹೊಂದಿಕೊಂಡಿತ್ತು. ನಾನು ನನ್ನ ಜೀವಮಾನವನ್ನು ೭ ಹಂತಗಳಾಗಿ ವಿಂಗಡಿಸಿದರೆ ಪ್ರತಿ ಹಂತಕ್ಕೆ ೧೦ ವರ್ಷಗಳ ಅವಧಿಯನ್ನು ಮೀಸಲಿಟ್ಟರೆ ನನಗೆ ಒಂದು ಹಂತದಲ್ಲಿ ಇದ್ದ ಮನೋಭಾವ, ದೃಷ್ಟಿಕೋಣ, ವಿಚಾರ, ಅಭಿಪ್ರಾಯಗಳು ಇನ್ನೊಂದು ಹಂತದಲ್ಲಿ ಬದಲಾಗುತ್ತಿದ್ದುವು. ನನಗೆ ನನ್ನ ಹಾಲೀ ಹಂತ ೭ನೆಯ ಹಂತ. ಈ ೭ನೆಯ ಹಂತದಲ್ಲಿ ನಾನು ನನ್ನ ಜೀವನಕ್ಕೆ ಹೊಸ ರೂಪು ಕೊಟ್ಟಿದ್ದೇನೆ. ಎಂದರೆ ಕೂಡಿಸಿಟ್ಟ ಧನಸಂಪತ್ತು ಉಪಯೋಗಕ್ಕೆ ಬಾರದ ವಸ್ತು. ನಮಗೆ ಊಟವಸತಿಗಳ ಪೂರೈಕೆ ಆಯಿತು ಎಂದಾದರೆ ಇನ್ನು ಧನಸಂಪತ್ತು ಕೂಡಿಹಾಕ ಬೇಕಾಗಿಲ್ಲ. ಆದುದರಿಂದ ನಾನು ನನ್ನ ಬೇಂಕ್ ಡಿಪೋಸಿಟ್‌ಗಳು ಇಂತಿಷ್ಟು ಮಿತಿ ತಲುಪಿದ ಮೇಲೆ ನಂತರ ಬಂದ ಹಣವನ್ನು ದಾನಕ್ಕೆ ಉಪಯೋಗಿಸುತ್ತೇನೆ. ನನಗೆ ಬರುವ ಪಿಂಚಣಿಯೇ ಸಾಕಷ್ಟು ಇರುವುದರಿಂದ ನನಗೆ ಈಗ ಉದ್ಯೋಗವಾಗಲೀ ಉದ್ಯಮವಾಗಲೀ ಬೇಕಾಗಿಲ್ಲ. ಹವ್ಯಾಸ ಎಂದು ಒಂದು ಪುಸ್ತಕದ ಅಂಗಡಿಯನ್ನು ಇಟ್ಟಿದ್ದೇನೆ ಹೊರತು ಅದರಿಂದ ನನ್ನ ಬಂಡವಾಳದ ಬಡ್ಡಿಯ ಮೇಲೆ ನನಗೆ ತಿಂಗಳಿಗೆ ನೂರಿನ್ನೂರು ರೂಪಾಯಿ ಕೂಡ ಆದಾಯ ಇಲ್ಲ." ಎಂದರು ಶಿನ್ನ.

ಒಂದು ನಿಮಿಷ ಇಬ್ಬರೂ ಸುಮ್ಮನಿದ್ದರು. ಆ ಮೇಲೆ ಶಿನ್ನ ಮುಂದುವರಿಸಿದರು. "ನನ್ನ ಮೊದಲನೆಯ ೧೦ ವರ್ಷಗಳ ಹಂತದಲ್ಲಿ ನಾನು ನನ್ನ ತಾಯಿತಂದೆಗಳ ಪ್ರೀತಿಯಲ್ಲಿ ಬೆಳೆದೆ. ನಾನು ಮಾತನಾಡಲು ಕಲಿತೆ. ನಮ್ಮ ಮನೆಯ ಆಚಾರ ವಿಚಾರಗಳನ್ನು ಆ ಸಮಯದಲ್ಲಿ ಹೇಗಿತ್ತೋ ಹಾಗೆಯೇ ಮಾಡಲು ಕಲಿತೆ. ಆಗಿನ ಶಾಲೆಯಲ್ಲಿ ಏನೆಲ್ಲಾ ಕಲಿಸುತ್ತಿದ್ದರೋ ಅದನ್ನೆಲ್ಲಾ ಕಲಿತೆ. ಆದರೆ ನನ್ನ ಮನಸ್ಸು ಮುಖ್ಯವಾಗಿ ಊಟ ತಿಂಡಿಯ ಮೇಲೆ ಮತ್ತು ಆಟಗಳಲ್ಲಿ ಮಗ್ನವಾಗಿತ್ತು. ಪ್ರತಿ ದಿನ ಸಂಜೆ ಆಟ ಮತ್ತು ರಾತ್ರಿ ಮಲಗುವ ತನಕ ಹೋಂ ವರ್ಕ್ ಮಾಡುವುದೇ ಆಯಿತು.

ಯಾವ ಆಧ್ಯಾತ್ಮಿಕ ಪ್ರಕ್ರಿಯೆಯ ಪ್ರಶ್ನೆಯೇ ಇರಲಿಲ್ಲ. ಮನೆಯಲ್ಲಿರುವ ಹಿರಿಯರು ಕೆಲವರು ನನಗೆ ಅದು ಮಾಡು ಇದು ಮಾಡು ಎಂದು ಕೆಲಸಗಳನ್ನು ಕೊಟ್ಟರೆ ಅದನ್ನು ಮಾಡಿದೆ. ಮುಖ್ಯವಾಗಿ ನನಗೆ ಆ ದಿನಗಳಲ್ಲಿ ಆದ ಅನುಭವ ಎಂದರೆ ನನ್ನ ಶಾಲೆಯ ವಾರ್ಷಿಕ ದಿನದಂದು ಗೆದ್ದ ಒಂದೆರಡು ಬಹುಮಾನಗಳು. ನಾನು ನನ್ನ ತರಗತಿಯ ಇಬ್ಬರೊಂದಿಗೆ ಹೊಡೆದಾಡಿ ಸೋತು ಸುಣ್ಣವಾದುದ್ದು ನೆನಪಿದೆ. ನನ್ನ ತಾಯಿಯು ನನ್ನನ್ನು ಮಂದಿರೆಹೂವಿನ ಗಿಡದ ಬಡ್ಡಿಯಿಂದ ಆಗಾಗ್ಗೆ ನಾನು ಏನಾದರೂ ತಪ್ಪು ಮಾಡಿದರೆ ಹೊಡೆದದ್ದು ನೆನಪಿದೆ. ಮೊಣಕಾಲ ಮೇಲೆ ನಿಲ್ಲಿಸಿ ಎರಡೂ ತೋಳುಗಳನ್ನು ಮೇಲೆತ್ತಿಸಿ ಗಂಟೆ ಎರಡುಗಂಟೆ ಹಾಗೆಯೇ ಇರುವಂತೆ ಮಾಡಿ ಶಿಕ್ಷೆ ಕೊಡುವುದು ನೆನಪಿದೆ. ನನ್ನ ಕಣ್ಣುಗಳಲ್ಲಿ ಕರಿಮೆಣಸು ಅರೆದು ಸ್ವಲ್ಪ ಹಾಕಿ ನನ್ನ ಕಣ್ಣುಗಳಲ್ಲಿ ತುಂಬಾ ಉರಿಬರಿಸಿ ಇಡೀ ದಿನ ನಾನು ಕಣ್ಣು ಮುಚ್ಚಿಕೊಂಡು ಇರುವಂತೆ ಮಾಡಿ ನನ್ನನ್ನು ಶಿಕ್ಷಿಸುತ್ತಿದ್ದದ್ದು ನೆನಪಿದೆ. ನಾನು ಸಂಘದ ಶಾಖೆಗೆ ಕೆಲವು ದಿನಗಳಲ್ಲಿ ಹೋದದ್ದು ಇದೆ. ನನ್ನ ಸೋದರಮಾವ, ನನ್ನ ದೊಡ್ಡಣ್ಣ ಮತ್ತು ನೆರೆಕರೆಯ ಕೆಲವು ಹುಡುಗರು ಪ್ರತಿದಿನ ಸಂಘದ ಶಾಖೆಗೆ ಹೋಗುತ್ತಿದ್ದರು. ನಾನೂ ಹೋಗುತ್ತಿದ್ದೆ. ಶಾಖೆಯಲ್ಲಿ ನನಗೆ ನಮ್ಮ ದೇಶವನ್ನು ನಾವು ಪ್ರೀತಿಸಬೇಕು. ರಾಣಾ ಪ್ರತಾಪ ಮತ್ತು ಛತ್ರಪತಿ ಶಿವಾಜಿಯಂತೆ ನಾವೂ ನಮ್ಮ ದೇಶಕ್ಕಾಗಿ ನಮ್ಮ ಸರ್ವಸ್ವವನ್ನೂ ಬಲಿದಾನ ಮಾಡಲು ಸಿದ್ಧರಿರಬೇಕು ಎಂಬ ದೇಶಪ್ರೇಮದ ಬೀಜ ನನ್ನ ತಲೆಯಲ್ಲಿ ಈ ಹಂತದ ಕೊನೆಯಲ್ಲಿ ಬಿತ್ತಲ್ಪಟ್ಟಿತು. ತುಂಬಾ ಬಡತನ ಅಲ್ಲದಿದ್ದರೂ ಬಡತನದಲ್ಲಿಯೇ ನನ್ನ ಈ ಮೊದಲನೆಯ ಬದುಕಿನ ಹಂತ ಕಳೆದು ಹೋಯಿತು."

ಇದನ್ನು ಕೇಳಿ ನಾಣ್ಣ ಹೇಳಿದ. "ನನ್ನ ಬದುಕು ಕೂಡ ಇದಕ್ಕಿಂತ ಹೆಚ್ಚು ಚೆನ್ನಾಗಿ ಇರಲಿಲ್ಲ ಕಣೋ".

ಶಿನ್ನ ಮುಂದುವರಿಸಿದ. "ನೋಡು ನನ್ನ ಎರಡನೇ ಹತ್ತು ವರ್ಷಗಳು ಹೇಳಿಕೇಳಿ ರೋಮಾಂಚಕ ಅನುಭವಗಳಿಂದ ಕೂಡಿದ್ದುವು. ಮೊದಲನೆಯದಾಗಿ ನಾನು ನನ್ನ ಗಂಡುತನವನ್ನು ಬೇಗನೇ ಕಂಡುಕೊಂಡೆ. ಎಂದರೆ ಪುರುಷ ಮತ್ತು ಸ್ತ್ರೀ ಎಂಬ ವ್ಯತ್ಯಾಸ ಎದ್ದು ಕಾಣಿಸುತ್ತಿತ್ತು. ಸ್ತ್ರೀಯಿಂದ ಆಕರ್ಶಿತನಾಗುತ್ತಿದ್ದೆ. ನಮ್ಮ ಶಾಲೆಯಲ್ಲಿ ಕೆಲವು ತರಗತಿಗಳ ತನಕ ಹೆಣ್ಣುಮಕ್ಕಳು ಇದ್ದರು. ಹೈಸ್ಕೂಲಿನಲ್ಲಿ ಹೆಣ್ಣು ಮಕ್ಕಳು ಇರಲಿಲ್ಲ. ಆ ದಿನಗಳಲ್ಲಿ ಓದುವುದು, ಬರೆಯುವುದು, ಗಣಿತ, ವಿಜ್ಞಾನ, ಚರಿತ್ರೆ, ಕನ್ನಡ, ಇಂಗ್ಲೀಷು, ಶಾಲೆಯಲ್ಲಿನ ಆಟಗಳು, ಓಟಗಳು ಎಲ್ಲ ನನ್ನ ಜೀವನದ ಕೇಂದ್ರ ಬಿಂದುಗಳಾಗಿದ್ದುವು. ಬದುಕಿನಲ್ಲಿ ಶಾಲೆಯು ಪ್ರಮುಖ ಭಾಗವಾಗಿತ್ತು. ಆದರೆ ನಮ್ಮ ಜಾತಿಯವರ ಮಠಗಳು ದೇವಸ್ಥಾನಗಳು ಕೂಡ ನನ್ನ ಮೇಲೆ ಪ್ರಭಾವ ಬೀರಿದುವು. ಒಂದು ಕಡೆಯಲ್ಲಿ ಸ್ತ್ರೀಯರ ಆಕರ್ಷಣೆ ಇನ್ನೊಂದು ಕಡೆ ನಾನು ಓದುತ್ತಿರುವ ಪುಸ್ತಕಗಳಲ್ಲಿ ಬ್ರಹ್ಮಚರ್ಯದ ಬಗ್ಗೆ ಬುದ್ಧಿವಾದ. ತಪಸ್ಸು, ಸನ್ಯಾಸ, ದೇಶಸೇವೆ, ಜಗತ್ತಿನ ಕಲ್ಯಾಣ, ದೇವರು, ಮೂರ್ತಿಪೂಜನೆ, ಹೋಮ ಹವನಗಳ ಪ್ರಾಮುಖ್ಯತೆ ಇವೆಲ್ಲ ನನ್ನ ತಲೆಯಲ್ಲಿ ತುಂಬಿಕೊಂಡುವು. ವಿವಿಧ ಆಧ್ಯಾತ್ಮಿಕ ಪುಸ್ತಕಗಳನ್ನು ಓದಿದೆ. ನೀತಿವಚನಗಳ

ಪಾಠಗಳಲ್ಲಿ ಬಾಗವಹಿಸಿದೆ. ಆದರೆ ನನಗೆ ನಿಜವಾದ ಜ್ಞಾನ ಬರಲಿಲ್ಲ ಎಂದರೆ ನಾನೂ ಇತರರೂ ಸಮಾನರು ಎಂಬ ಜ್ಞಾನಹುಟ್ಟಲಿಲ್ಲ. ನನಗೆ ಆಶೆ ತುಂಬಾ ಇತ್ತು. ಆಶೆಗಳನ್ನು ಪೂರೈಸಲು ದಾರಿ ತೋಚುತ್ತಿರಲಿಲ್ಲ. ಶಾಲೆಯಲ್ಲಿ ಪ್ರತಿ ಪರೀಕ್ಷೆಯಲ್ಲಿ ಒಳ್ಳೇಯ ಅಂಕಗಳನ್ನು ಪಡೆದೆ. ಸಣ್ಣಪುಟ್ಟ ಕಾಯಿಲೆಗಳು ಬಂದು ಹೋದುವು. ಈ ಹತ್ತು ವರ್ಷಗಳು ಮುಗಿಯುವಷ್ಟರಲ್ಲಿ ಒಬ್ಬ ತರುಣನಾದೆ. ಆದರೆ ನನ್ನ ವಿದ್ಯಾಭ್ಯಾಸ ಮುಗಿದಿರಲಿಲ್ಲ. ನಾನು ಇನ್ನೂ ನನ್ನ ಕಾಲಮೇಲೆ ನಿಂತಿರಲಿಲ್ಲ. ನನ್ನ ತಂದೆಯ ಮತ್ತು ಅಣ್ಣನವರ ಕೃಪೆಯಲ್ಲಿ ಈ ದಿನಗಳು ಬಲು ಕಷ್ಟದಲ್ಲಿ ಕಳೆದುವು. ಆ ಮೇಲೆ ನನಗೆ ನೌಕರಿ ಸಿಕ್ಕಿತು."

ನಾಣ್ಣನಿಗೆ ಇದನ್ನೆಲ್ಲಾ ಕೇಳಿ ತನ್ನ ಬದುಕಿನ ಎರಡನೇ ೧೦ ವರ್ಷಗಳ ನೆನಪಾಯಿತು. ಆದರೆ ಅವನು ಏನೂ ಹೇಳಲಿಲ್ಲ. ಶಿನ್ನ ಮತ್ತೆ ಮಾತನಾಡುವದನ್ನು ಕೇಳಲು ಕಾದು ಕೂತರು.

"ನನ್ನ ಜೀವನದ ಮೂರನೇ ದಶಕದಲ್ಲಿ ನಾನು ವಿಷಯಲೋಲುಪನಾಗಿದ್ದೆ. ಸಿಗರೇಟು ಸೇದುವುದನ್ನು ಕಲಿತೆ. ನಾನು ಯಾವ ಮದ್ಯವನ್ನೂ ಸೇವಿಸಲು ಆಗುತ್ತಿರಲಿಲ್ಲ ಏಕೆಂದರೆ ಬಿಯರ್, ವ್ಹಿಸ್ಕಿ ಇತ್ಯಾದಿ ಹೆಂಡ ಕುಡಿದಾಗ ನನ್ನ ಹೊಟ್ಟೆ ಕೇಳುತ್ತಿರಲಿಲ್ಲ. ನನಗೆ ಎಸಿಡಿಟಿಯ ತೊಂದರೆ ಇತ್ತು. ಇದಿರಲಿಲ್ಲವಾಗಿದ್ದರೆ ನಾನು ಬಿಯರ್ ಕುಡಿಯುವುದನ್ನೂ ಕಲಿಯುತ್ತಿದ್ದೆನೋ ಏನೋ. ನನ್ನ ಹೆತ್ತವರು ಸಿಲೆಕ್ಟ್ ಮಾಡಿದ ಹೆಣ್ಣನ್ನು ನಾನು ಮದುವೆಯಾದೆ. ಮದುವೆಯಾಗುವ ಹೆಣ್ಣು ಹೇಗಿದ್ದರೂ ಅವಳು ನನಗಿಂತ ಕಡಿಮೆ ಕಲಿತವಳು ಆಗಬೇಕು ಮತ್ತು ನನ್ನಂತೆ ಸಸ್ಯಾಹಾರಿ ಆಗಿರಬೇಕು ಎಂದು ಮಾತ್ರ ನನ್ನ ಕಂಡೀಶನ್ನು ಇತ್ತು. ಅಂಥಹ ಹೆಣ್ಣನ್ನು ಹುಡುಕಲು ನನ್ನ ಹೆತ್ತವರಿಗೆ ಕಷ್ಟವಾಗಲಿಲ್ಲ. ನನಗೆ ಸಾಕಷ್ಟು ವರದಕ್ಷಿಣೆ ಬಂದರೂ ಕೂಡ ನಾನು ಆ ಹಣವನ್ನು ಪಡೆಯಲಿಲ್ಲ. ಅದು ನನ್ನ ಹೆತ್ತವರಿಗೆ ಉಪಯೋಗವಾಯಿತು. ಕೆಲವೇ ವರ್ಷಗಳಲ್ಲಿ ನನ್ನ ಹೆಂಡತಿ ಇಬ್ಬರು ಮಕ್ಕಳ ತಾಯಿಯಾದಳು. ಈ ಸಮಯದಲ್ಲಿ ನಾನು ಎಲ್ಲಾ ತರದ ಆಧ್ಯಾತ್ಮಿಕ ಪುಸ್ತಕಗಳನ್ನು ಓದಿದ್ದೇನೆ. ಆದರೆ ನನಗೆ ನನ್ನ ಹೆಂಡತಿಯೊಂದಿಗೆ ಸಿಗುವ ಸುಖ, ಮಕ್ಕಳ ಶಿಕ್ಷಣ ಇತ್ಯಾದಿಗಳ ಮೇಲೆ ನಿಗಾ ಇತ್ತು ಹೊರತು ನಾನು ದುಡಿಯುವಾಗ ನನ್ನ ತಲೆಯಲ್ಲಿ ಇನ್ನೂ ನಿಜವಾದ ಜ್ಞಾನ ಹುಟ್ಟಿರಲಿಲ್ಲ. ನಾನು ತ್ಯಾಗದಲ್ಲಿ ಕಡಿಮೆ, ಭೋಗದಲ್ಲಿ ಹೆಚ್ಚು ಮನಸ್ಸಿದ್ದವನಾಗಿದ್ದೆ. ನೀನು ಈಗ ನನಗೆ ವಿವರಿಸಿದ ಸಿದ್ಧ ಸಮಾಧಿ ಯೋಗದಂತೆ ಇದ್ದ ಹಲವು ವಿಚಾರಗಳು ನನ್ನ ಗಮನಕ್ಕೆ ಬಂದಿದ್ದವು. ಆದರೆ ನನಗೆ ನನ್ನ ಮನೆ, ಮಡದಿ, ಮಕ್ಕಳು, ನೌಕರಿ, ಬೇಂಕಿನಲ್ಲಿ ದುಡ್ಡು, ಬಟ್ಟೆ ಬರೆಗಳು, ಮದುವೆ ಮುಂಜಿಗಳಲ್ಲಿ ಹಾಜರಾಗುವುದು, ಹಬ್ಬಗಳನ್ನು ಆಚರಿಸುವುದು ಇತ್ಯಾದಿಗಳಲ್ಲಿ ಆಸಕ್ತಿ ಇತ್ತೇ ಹೊರತು ವಿರಕ್ತಭಾವದಲ್ಲಿ ಅಲ್ಲ. ನಾನು ಪ್ರತಿದಿನ ಪ್ರಾಣಾಯಾಮ, ಆಸನ, ಧ್ಯಾನ ಇತ್ಯಾದಿಗಳನ್ನು ಅತಿ ಸ್ವಲ್ಪ ಸ್ವಲ್ಪ ಮಾಡುತ್ತಿದ್ದೆ ಆದರೆ ಅವುಗಳು ನನ್ನ ದೇಹಾರೋಗ್ಯ ಕಾಪಾಡಿದುವೇ ಹೊರತು ಜ್ಞಾನ ಎಂಬುದನ್ನು ಕೊಡಲಿಲ್ಲ."

ನಾಣ್ಣ ಇಷ್ಟನ್ನೆಲ್ಲಾ ಸದ್ದಿಲ್ಲದೇ ಕೇಳಿಸಿಕೊಳ್ಳುತ್ತಿದ್ದನು. ಆವಾಗಾವಾಗ "ಹೌದಾ, ಹೌದಾ" ಎಂದು ತಾನು ಕೇಳುತ್ತಾ ಇದ್ದೇನೆಂದು ಸೂಚನೆಗಳನ್ನು ಸಾರುತ್ತಿದ್ದನು.

ಶಿನ್ನ ಮುಂದುವರಿಸಿದ. "ನನ್ನ ನಾಲ್ಕನೇ ಹಂತದ ೧೦ ವರ್ಷಗಳಲ್ಲಿ ನಾನು ಹೆಚ್ಚಾಗಿ ಆರೋಗ್ಯದ ಕಡೆಗೆನೇ ಮನಸ್ಸು ಕೊಟ್ಟೆ. ಸಿಗರೇಟು ಸೇದುವುದನ್ನು ಬಿಟ್ಟು ಬಿಟ್ಟೆ. ನನ್ನ ನೌಕರಿಯಲ್ಲಿ ಪ್ರಗತಿ ಕಂಡಿತು. ಒಂದು ಸೈಟ್ ಖರೀದಿಸಿ ಮನೆ ಕಟ್ಟಿಸಿದೆ. ಬಂಧುಬಳಗದಲ್ಲಿ ಹೆಚ್ಚು ಕಲಹ ಏಳದಂತೆ ನೋಡಿಕೊಂಡೆ. ನನ್ನ ಗುರ್ತದವರಿಗೆ, ಸಂಬಂಧಿಕರಿಗೆ, ಮಠಕ್ಕೆ, ಕಲಿತ ಶಾಲೆಗೆ ಸ್ವಲ್ಪ ಸ್ವಲ್ಪ ಹಣ ದಾನ ಮಾಡಿದೆ. ಯಾವ ಇಲೆಕ್ಷನ್‌ಗೂ ನಿಲ್ಲಲಿಲ್ಲ. ರಾಜಕಾರಣಕ್ಕೆ ಧುಮುಕಲಿಲ್ಲ. ಎಲ್ಲಿಯೂ ನನಗೆ ಅಧ್ಯಕ್ಷ ಪದವಿಯಾಗಲೀ ಗೌರವ ಪ್ರಶಸ್ತಿಯಾಗಲೀ ಸಿಗಲಿಲ್ಲ. ಬೇರೆ ಬೇರೆ ಊರಿಗೆ ವರ್ಗವಾಗಿ ಹೋದೆ. ಮಕ್ಕಳಿಗೆ ವಿದ್ಯಾಭ್ಯಾಸ ಕೊಡಿಸಿದೆ. ಮಗಳಿಗೆ ಮದುವೆ ಮಾಡಿಸಿದೆ. ಎಲ್ಲಾ ತರದ ಧಾರ್ಮಿಕ ಸಭೆಗಳಲ್ಲಿ ಪಾಲ್ಗೊಂಡೆ. ಆದರೆ ನನಗೆ ಜ್ಞಾನ ಎಂಬುದು ಬರಲಿಲ್ಲ. ನಾನು ಸ್ವಾರ್ಥಿಯಾಗಿಯೇ ಇದ್ದೆ."

"ಶಿನ್ನ, ನಿನ್ನ ಜೀವನ ಚೆನ್ನಾಗಿತ್ತಲ್ಲವೇ ತಮ್ಮಾ?" ಎಂದು ನಾಣ್ಣ ಕೇಳಿದರು.

ಅದಕ್ಕೆ ಶಿನ್ನ ಈ ರೀತಿ ಉತ್ತರಿಸಿದರು. "ಚೆನ್ನಾಗಿಯೇ ಇತ್ತು. ಏಕೆಂದರೆ ನಾನು ದುಂದುವೆಚ್ಚದಿಂದ ದೂರ ಇದ್ದೆ. ತುಂಬಾ ಆಶೆ ಪಡಲಿಲ್ಲ. ನನ್ನ ಸಹೋದ್ಯೋಗಿಗಳಲ್ಲಿ ಜಗಳವಾಡಲಿಲ್ಲ. ಪ್ರಾಮಾಣಿಕವಾಗಿ ಕೆಲಸ ಮಾಡಿದೆ. ಲಂಚ ತಗೊಳ್ಳಲಿಲ್ಲ. ಕದಿಯಲಿಲ್ಲ. ಕೊಲ್ಲಲಿಲ್ಲ. ಆದಷ್ಟು ಸತ್ಯವನ್ನೇ ನುಡಿದೆ. ನಿಷ್ಠೆಯಿಂದ ಹೆಂಡತಿ ಮಕ್ಕಳನ್ನು ನೋಡಿಕೊಂಡೆ. ನನಗೆ ಯಾವಾಗಲೂ ಡಿಪ್ರೆಶ್ಯನ್ ಕಾಡಲಿಲ್ಲ. ಮನೋರೋಗ ಬರಲಿಲ್ಲ. ನನ್ನ ಹೆಂಡತಿಯೂ ನನಗೆ ಸಹಕಾರ ಕೊಟ್ಟಳು. ನನ್ನ ಮಕ್ಕಳು ಕೆಟ್ಟ ದಾರಿಗೆ ಬೀಳಲಿಲ್ಲ. ಹೆಂಡತಿ ಮಕ್ಕಳ ಆರೋಗ್ಯವೂ ಚೆನ್ನಾಗಿತ್ತು. ನಾನು ಯಾವವನನ್ನೂ ಮೋಸ ಮಾಡಲಿಲ್ಲ. ನನ್ನ ವೃದ್ಧ ತಂದೆತಾಯಿಗಳಿಗೆ ಆದಷ್ಟು ಸಹಾಯ ಮಾಡಿದೆ. ಅವರ ವೃದ್ಧಾಪ್ಯದಲ್ಲಿ ಅವರನ್ನು ಮನೆಯಲ್ಲಿ ವಾಸಮಾಡಲು ಆಮಂತ್ರಿಸಿದೆ. ಅವರು ಕೆಲವು ಸಮಯ ನನ್ನೊಂದಿಗೆ ವಾಸ ಮಾಡಿದರು ಕೂಡ. ವಿವಿಧ ಆಧ್ಯಾತ್ಮಿಕ ಸಭೆಗಳಲ್ಲಿ ಪಾಲ್ಗೊಂಡೆ, ಮಠ ಮತ್ತು ದೇವಸ್ಥಾನಗಳಲ್ಲಿ ಉತ್ಸವಗಳಲ್ಲಿ ಹಬ್ಬಗಳಲ್ಲಿ ಪಾಲ್ಗೊಂಡೆ. ಪುಸ್ತಕಗಳನ್ನು ಶಾಸ್ತ್ರಗಳನ್ನು, ಪುರಾಣಕಥೆಗಳನ್ನು ಓದಿದೆ. ಆದರೆ ನನಗೆ ಧ್ಯಾನ ಇತ್ಯಾದಿಗಳಲ್ಲಿ ಆಸಕ್ತಿ ಹುಟ್ಟಲಿಲ್ಲ. ಜ್ಞಾನ ಬರಲಿಲ್ಲ."

ಶಿನ್ನನಿಗೆ ಜ್ಞಾನ ಬರಲಿಲ್ಲ ಎಂದರೆ ಅವನಿಗೆ ಬದುಕಿನಲ್ಲಿ ತಾನು ತನ್ನದು ಎಂಬ ಅಹಂಕಾರ ಇತ್ತು ಎಂದರ್ಥ ಇರಬೇಕು ಎಂದು ಕೊಂಡ ನಾಣ್ಣ. "ಆ ಮೇಲೆ ೫ ನೇಯ ಹಂತದಲ್ಲಿ ಏನಾಯಿತು?" ಎಂದು ಕೇಳಿದ.

ಶಿನ್ನ ತನ್ನ ಕಥೆಯನ್ನು ಮುಂದುವರಿಸಿದ. ನನ್ನ ೫ ನೆಯ ೧೦ ವರ್ಷದ ಹಂತದಲ್ಲಿ ಮೊದಲು ನನಗೆ ಯಾವ ಬದಲಾವಣೆಯೂ ಕಂಡು ಬಂದಿಲ್ಲ. ನನ್ನ ವೃದ್ಧ

ತಾಯಿ ತೀರಿಕೊಂಡರು. ಆಗ ನನಗೆ ಮತ್ತು ನನ್ನ ಹೆಂಡತಿಗೆ ಅವರ ಒಡವೆಗಳ ಮೇಲೆ ಆಶೆಯಾಯಿತು. ಸ್ವಲ್ಪ ಸಮಯದ ಮೇಲೆ ನನ್ನ ವೃದ್ಧ ತಂದೆ ತೀರಿಕೊಂಡರು. ಆಗ ಅವರ ಆಸ್ತಿಯ ಮೇಲೆ ಆಶೆ ಆಯಿತು. ಆದರೆ ನಂತರ ೬೦ನೇ ವರ್ಷದಲ್ಲಿ ಕಾಲಿಟ್ಟಾಗ ಸ್ವಲ್ಪ ದಾನದ ಮತ್ತು ಧರ್ಮದ ಜಿಜ್ಞಾಸೆ ಜಾಸ್ತಿ ಆಯಿತು. ಈಗ ನಾನು ಎಲ್ಲ ಋಣಗಳನ್ನು ತೀರಿಸಿದ್ದೇನೆ ಎನ್ನಿಸಿತು. ನಾನು ಎಂದರೆ ಎಲ್ಲರಂತೆ ಎಂದು ಸ್ವಲ್ಪ ಸ್ವಲ್ಪ ಜ್ಞಾನ ಬರಲಿಕ್ಕೆ ಶುರು ಆಯಿತು. ಮರಣ ಬಂದರೆ ತೊಂದರೆ ಇಲ್ಲ ಅನಿಸಿತು. ನಾನು ಯಾವ ಆಶೆಯನ್ನೂ ಇಟ್ಟುಕೊಳ್ಳಲಿಲ್ಲ. ನನಗೆ ಇನ್ನು ಏನೂ ಬೇಕಾಗಿಲ್ಲ ಅನಿಸಿತು. ನನ್ನಲ್ಲಿದ್ದ ವಸ್ತುಗಳನ್ನು ಹಂಚಿ ಮುಗಿಸೋಣ ಎಂದು ಒಂದು ತರದ ಅರಿವು ಹುಟ್ಟಿತು."

"ಅಂದರೆ ನಿನಗೆ ಜ್ಞಾನ ಬರಬೇಕಾದರೆ ನೀನು ೬೦ ವರ್ಷ ದಾಟಬೇಕಾಯಿತು ಎಂದು ನೀನು ಹೇಳುವುದು ಅಲ್ಲವೇ?" ಎಂದು ಕೇಳಿದರು ನಾಣ್ಣಿ.

"ಹೌದು" ಎಂದರು ಶಿನ್ನ. ನಂತರ ತನ್ನ ಕಥೆಯನ್ನು ಮುಂದುವರಿಸಿದರು. "ನೋಡಯ್ಯಾ, ನಾನು ಏನು ಹೇಳುವುದೆಂದರೆ ಈ ಆಧ್ಯಾತ್ಮಿಕ ಪ್ರೇರೇಪಣೆಗಳು ಶಾಸ್ತ್ರಗಳನ್ನು ಓದಿ ಉಪನಿಷತ್ತು, ಭಗವತ್‌ಗೀತೆ ಇತ್ಯಾದಿ ಗ್ರಂಥಗಳನ್ನು ಓದಿ ಅಥವಾ ಪುರಾಣ ಪಾರಾಯಣಗಳಿಂದ ಬರುವುದಿಲ್ಲ. ನಮಗೆ ವಯಸ್ಸಾಗಬೇಕು. ಅನುಭವ ಆಗಬೇಕು. ನಮಗೆ ನಿವೃತ್ತಿ ಸಿಗಬೇಕು. ಹೆಚ್ಚು ದುಡಿಯದೇ ಇದ್ದು ಊಟಕ್ಕೆ ಕಡಿಮೆ ಇರದೇ, ಇರಲು ಮನೆ, ಜೊತೆಗೆ ಹೆಂಡತಿ ಇದ್ದರೆ ಉತ್ತಮ. ಮಕ್ಕಳು ತಮ್ಮಷ್ಟಕ್ಕೆ ಇರಬೇಕು. ಯಾರ ತೊಂದರೆಯೂ ಇರಬಾರದು. ನಾವು ಯಾರಿಗೂ ತೊಂದರೆ ಕೊಡಲು ಹೊರಟಿರಬಾರದು. ಆಗ ಮನಸ್ಸಿಗೆ ಶಾಂತಿ ನೆಮ್ಮದಿ ಇರುತ್ತದೆ. ಹೆಚ್ಚಿಗೆ ಗಂಟೆಕಟ್ಲೆ ಪ್ರಾಣಾಯಾಮ, ಯೋಗಾಸನ, ಧ್ಯಾನ, ಸಮಾಧಿ ಇತ್ಯಾದಿ ಯಾವುದೂ ಬೇಡ. ಇನ್ನು ನನಗೆ ಏನೂ ಬೇಡ. ಧರ್ಮವೂ ಬೇಡ. ದೇವರೂ ಬೇಕಾಗಿಲ್ಲ. ನಾನು ದೇವರನ್ನು ಯಾವಾಗಲೂ ಏನನ್ನೂ ಬೇಡಲಿಲ್ಲ. ನನಗೆ ಸಾಧ್ಯವಾದುದನ್ನು ಮಾತ್ರ ಮಾಡಲು ಪ್ರಯತ್ನಿಸುತ್ತೇನೆ. ನನಗೆ ಎಟಕದ್ದನ್ನು ಆಶಿಸುವುದಿಲ್ಲ. ಹೀಗೆ ಮನಸ್ಸಿಗೆ ಸಂಪೂರ್ಣ ನೆಮ್ಮದಿ ಬರುವುದು ವಯಸ್ಸಾಗಿ ಅನುಭವಸ್ಥನಾದಾಗ. ಚಿಕ್ಕ ವಯಸ್ಸಿನಲ್ಲಿ ನಾವು ಮಕ್ಕಳಿಗೆ ಸನ್ಯಾಸತ್ವವನ್ನು ಭೋಧಿಸಬಾರದು. ಸಿದ್ಧ ಸಮಾಧಿ ಯೋಗದಲ್ಲಿರುವುದೆಲ್ಲ ಸನ್ಯಾಸತ್ವ. ಇದು ತಪ್ಪು."

"ಎಂದರೆ ನಿನಗೆ ಯಾವ ಟೆನ್‌ಶನ್ನೂ ಇಲ್ಲ ಅನ್ನು." ನಾಣ್ಣಿ ಕೇಳಿದ.

ಶಿನ್ನ ಉತ್ತರ ಕೊಟ್ಟ. "ಹೌದು. ನನಗೆ ಯಾವ ಟೆನ್‌ಶನ್ನೂ ಇಲ್ಲ. ಭೀತಿ ಇಲ್ಲ. ನಾನು ಈಗಲೇ ಸಾಯಲು ರೆಡಿ. ನಾನು ವ್ಹಿಲು ಬರೆದಿಟ್ಟಿದ್ದೇನೆ. ನನ್ನ ಮನೆಯನ್ನು ನನ್ನ ಹೆಂಡತಿಯ ಹೆಸರಿನಲ್ಲೇ ಕಟ್ಟಿದೆ. ಅದನ್ನು ಕಟ್ಟಿದಂದಿನಿಂದ ಅದು ಅವಳದೇ ಆಗಿದೆ. ನನ್ನ ಎಲ್ಲಾ ಬೇಂಕ್ ಡಿಪೋಸಿಟುಗಳು ನನ್ನ ಹೆಂಡತಿಯ ಹೆಸರಿನಲ್ಲಿ ಇವೆ. ನಾನು ಇನ್‌ಕಂ ಟೇಕ್ಸನ್ನು ಪ್ರಾಮಾಣಿಕತೆಯಿಂದ ಕಟ್ಟುತ್ತೇನೆ. ಎಲ್ಲ ಟೇಕ್ಸಗಳನ್ನು ಮೋಸವಿಲ್ಲದೇ ಕಟ್ಟುತ್ತೇನೆ. ನಾನು ಯಾವ ಸಾಲವನ್ನೂ ಬಾಕಿ ಇಟ್ಟಿಲ್ಲ. ನಾನು

ಯಾರಿಗೂ ಏನನ್ನೂ ಕೊಡುವುದು ಬಾಕಿ ಇಲ್ಲ. ಈಗ ಆರೇಳು ವರ್ಷಗಳಿಂದ ಸಾಯಲು ರೆಡಿ ಮಾಡಿಕೊಂಡಿದ್ದೇನೆ. ಸಾವು ಬಂದರೆ ನನಗೆ ಮುಂದಿನ ಜನ್ಮದ ಪರಿವೆ ಇಲ್ಲ. ನಾನು ಮುಂದಿನ ಜನ್ಮ ಇದೆ ಎಂದು ಎದುರು ನೋಡುತ್ತಿಲ್ಲ." ಎಂದರು ಶಿನ್ನ.

ನಾಣ್ಣನಿಗೆ ತನ್ನ ಫ್ರೆಂಡು ಶಿನ್ನನದು ಸಾದಾ ಜೀವನ. ಸರಳ ಜೀವನ ಎಂದೆನ್ನಿಸಿತು.

"ನಾವು ನಮ್ಮ ಮಕ್ಕಳಿಗೆ ಭಗವತ್ ಗೀತೆಯನ್ನು ಭೋಧಿಸಬಾರದು. ಅವರಿಗೆ ಈ ಜಗತ್ತು ಎಲ್ಲಾ ಮಾಯೆ ಎಂದುಕೊಳ್ಳುವಂತೆ ವೇದಾಂತ ಭೋಧಿಸಲು ಪ್ರಯತ್ನಿಸಬಾರದು. ಅವರಿಗೆ ಪುರಾಣ ಕಥೆಗಳಲ್ಲಿ ವಿಶ್ವಾಸ ಬೆಳೆಯದಂತೆ ನೋಡಬೇಕು. ವಿವಿಧ ಕಡೆ ದೇವರ ಹೆಸರಿನಲ್ಲಿ ನಡೆಯುವ ಅಂಧಶ್ರುದ್ಧೆಯ ನಡಾವಳಿಗಳನ್ನು ಖಂಡಿಸಿ ಅವುಗಳ ಮೇಲೆ ನಂಬಿಕೆ ಇಡಬೇಡಿ ಎಂದು ಎಚ್ಚರಿಸಬೇಕು. ಅವರು ಸತ್ಯವಂತರು, ಪ್ರಾಮಾಣಿಕರು, ಕಷ್ಟಿಗರು ಆಗುವಂತೆ ಅವರಿಗೆ ವಿವಿಧ ಕಥೆಗಳನ್ನು ಕೇಳಿಸಬೇಕು. ಅವರಿಗೆ ದೇಶ ಪ್ರೇಮ ಹುಟ್ಟುವಂತೆ ಮಾಡಬೇಕು. ಲಂಚ ಸ್ವೀಕರಿಸುವುದು ತಪ್ಪು ಎಂಬ ಕಲ್ಪನೆ ಬರುವಂತೆ ಮಾಡಬೇಕು. ಇತ್ಯಾದಿ, ಇತ್ಯಾದಿ."

ಶ್ರೀನಿವಾಸ ಶೆಣ್ಯೆಯವರು ಹೀಗೆಂದರು. "ನೋಡು ನಾಣ್ಣ, ನಮ್ಮಲ್ಲಿ ಸ್ಪಿರಿಚುವಾಲಿಟಿ ಭಾರಿ ಇದೆ. ಸ್ಪಿರಿಚುವಾಲಿಟಿಯಿಂದ ಏನು ಪ್ರಯೋಜನ? ನಾವು ಸಾಮಾನ್ಯ ಒಳ್ಳೇತನವನ್ನು ಮುಂದೆ ಇಡುವುದಿಲ್ಲ. ಸತ್ಯವಂತನಾಗಿರುವುದು ಒಂದು ಪ್ರಮುಖ ಒಳ್ಳೇತನ. ಕದಿಯದಿರುವುದು ಇನ್ನೊಂದು ಒಳ್ಳೇತನ. ಮುಂಜಾನೆ ಬೇಗ ಎದ್ದು ತನ್ನ ದಿನವನ್ನು ಬೇಗನೇ ಶುರುಮಾಡುವುದು ಹಾಗೂ ರಾತ್ರಿ ಬೇಗನೇ ಮಲಗುವುದು ನಮ್ಮ ಮಕ್ಕಳಿಗೆ ತಮ್ಮ ಆರೋಗ್ಯಕ್ಕೆ ಒಳ್ಳೇದು. ಇದನ್ನೆಲ್ಲಾ ಬಿಟ್ಟು ನಾವು 'ನಾನು ಯಾರು? ಎಲ್ಲಿಂದ ಬಂದೆ? ಎಲ್ಲಿಗೆ ಹೋಗುತ್ತಾ ಇದ್ದೇನೆ?' ಎಂಬ ಅರ್ಥವಿಲ್ಲದ ಸ್ಪಿರಿಚುವಾಲಿಟಿಯನ್ನು ಮುಂದೆ ಇಡುತ್ತೇವೆ. ಇದು ಸಲ್ಲದು.

"ನಮ್ಮ ಧರ್ಮವು ನಾವು ಹುಟ್ಟಿದಾಗಲೇ ನಿಶ್ಚಿತವಾಗಿದೆ. ಹಿಂದೂ ತಂದೆಯ ಮಕ್ಕಳೆಲ್ಲ ಹಿಂದೂಗಳೇ. ಇದಾದ ಮೇಲೆ ಧರ್ಮವನ್ನು ಪಾಲಿಸಬೇಕು ಎಂದರೆ ನಾವು ಪಾಲಿಸುತ್ತಾ ಇದ್ದೇವಲ್ಲ ಎಂದು ಹೇಳುವುದು. ಜೀವನ ಧರ್ಮ ಎಂದರೆ ಮೇಲೆ ಹೇಳಿದ ಒಳ್ಳೇತನಗಳಲ್ಲದೇ ಶಾಲಾಕಾಲೇಜುಗಳ ಶಿಕ್ಷಣವನ್ನು ಪಡೆಯುವುದು, ಪರೀಕ್ಷೆಗಳಲ್ಲಿ ಕಾಪಿ ಮಾಡದೇ ಅಂಕಗಳಿಸುವುದು, ಲಂಚಕೋರ ಅಧಿಕಾರಿಗಳು ಕೆಲಸಕೊಡಲು ಲಂಚ ಡಿಮಾಂಡ್ ಮಾಡಿದರೆ ಅದನ್ನು ವಿರೋಧಿಸಿ ಪ್ರತಿಭಟಿಸುವುದು, ತಮ್ಮ ಹುದ್ದೆಗನುಗುಣವಾಗಿ ಪ್ರಾಮಾಣಿಕವಾಗಿ ಕೆಲಸಮಾಡಿ ಎಲ್ಲರ ಕ್ಷೇಮಕ್ಕಾಗಿ ದುಡಿಯುವುದು, ಮಹಿಳೆಯನ್ನು ಮರ್ಯಾದಿಸುವುದು, ಮಹಿಳೆಯರ ಮಾನಹೋಗುವಂಥ ಕೆಲಸಮಾಡದಿರುವುದು, ಪ್ರತಿಭಟನೆಯ ಸೋಗಿನಲ್ಲಿ ಸಾರ್ವಜನಿಕ ಸೊತ್ತನ್ನು ಧ್ವಂಸಮಾಡದಿರುವುದು, ಸರಕಾರದ ಸೊತ್ತನ್ನು ಯಾರಪ್ಪನ ಆಸ್ತಿ, ಹೋಗಲಿ ಎನ್ನದಿರುವುದು ಇತ್ಯಾದಿ.

"ಎಲ್ಲರೂ ಕಾನೂನು ಪ್ರಕಾರ ಶ್ರಮಿಸಿ ಧನವಂತರಾಗುವುದೇ ನಮ್ಮ ಧರ್ಮ. ಧನವನ್ನು ಒಳ್ಳೇ ರೀತಿಯಲ್ಲಿ ಸಂಗ್ರಹಿಸುವುದೇ ಧರ್ಮ. ಧನವನ್ನು ಗಳಿಸಿ ಅದನ್ನು ಸದುಪಯೋಗ ಮಾಡುವುದೇ ನಮ್ಮ ಧರ್ಮ.

"ವೇದಶಾಸ್ತ್ರಗಳಲ್ಲೂ ಇದನ್ನೇ ಹೇಳಿದ್ದಾರೆ. ನಮ್ಮ ಆತ್ಮವೂ ಇದನ್ನೇ ಹೇಳುತ್ತದೆ. ಆದರೆ ನಾವು ಅದನ್ನು ಕಡೆಗಣಿಸಿ ಈಗ ವೇದಾಂತಕ್ಕೆ ಶರಣು ಹೋಗಿದ್ದೇವೆ. ನಮ್ಮ ಮಕ್ಕಳಿಗೆ ಯಾವ ಕೆಲಸಮಾಡಲೂ ವೇದಾಂತ ಎದುರು ಬರುತ್ತದೆ. ನಮ್ಮ ಈ ಜಗತ್ತು ಏನಿಲ್ಲ ಮತ್ತು ನಮಗೆ ತೋರುವುದೆಲ್ಲ ಮಾಯೆ ಎಂದು ಹೇಳಿ ನಾವು ಉನ್ನತಿಯ ಹಾದಿಯಲ್ಲಿ ಹೋಗಲು ತಡೆಯೊಡ್ಡುತ್ತದೆ. ಇದು ಸಲ್ಲದು. ವೇದಗಳು ಹೇಳಿದ್ದೇ ನಮ್ಮ ಅಂತರಂಗದಲ್ಲಿರುವ ಒಳ್ಳೇತನ. ನಮ್ಮ ಆತ್ಮವಾಣಿ. ನಾವು ಪುನಃ ವೇದಗಳನ್ನು ಓದಿ ಮಂತ್ರಗಳನ್ನು ಬಾಯಿಪಾಠ ಮಾಡಬೇಕಾಗಿಲ್ಲ." ಎಂದರು. ಆ ಮೇಲೆ ಇಬ್ಬರೂ ಕೂತಲ್ಲಿಂದ ಎದ್ದು ಮನೆ ಕಡೆಗೆ ಹೊರಟರು.

ಪಾರ್ಕಿನಿಂದ ಮನೆಗೆ ಬರುತ್ತಲೇ ಶಿನ್ನ ಕಾಲಿಗೆ ಮೆತ್ತಿದ ಮಣ್ಣನ್ನು ಹೇಗೆ ತೊಳೆಯಲಿ ಎಂದು ಯೋಚಿಸಿ ತನ್ನ ಪತ್ನಿಯನ್ನು ಕರೆದು ಹೇಳಿದರು. "ಒಂದು ತಂಬಿಗೆಯಲ್ಲಿ ಸ್ವಲ್ಪ ನೀರು ತಂದು ಕೊಡೇ". ಲಕ್ಷ್ಮಮ್ಮ ಹೊರಗೆ ಬಂದು ನೋಡಿದರು. ತನ್ನ ಗಂಡ ಬಾಗಿಲ ಬಳಿ ನಿಂತಿದ್ದಾರೆ. ಕಾಲಿಗೆ ಮಣ್ಣು ಮೆತ್ತಿರಬೇಕು. ಅದಕ್ಕೆ ನೀರು ಕೇಳುತ್ತಿದ್ದಾರೆ ಎಂದು ತಿಳಿಯಿತು. "ಓಹೋ, ತರುತ್ತೇನೆ" ಎಂದು ಒಳಗೆ ಹೋಗಿ ಒಂದು ಪ್ಲಾಸ್ಟಿಕ್ ಮಗ್‌ನಲ್ಲಿ ನೀರು ತಂದುಕೊಟ್ಟರು. ಶಿನ್ನ ನೀರನ್ನು ಪಾದಗಳ ಮೇಲೆ ಸುರಿದು ಒಂದು ಪಾದದಿಂದ ಇನ್ನೊಂದು ಪಾದವನ್ನು ತಿಕ್ಕಿ ತೊಳೆದುಕೊಂಡರು. ನಂತರ ಮಗ್ಗನ್ನು ಲಕ್ಷ್ಮಿಯ ಕೈಗೆ ಕೊಟ್ಟರು. ಅವಳು ಕೊಟ್ಟ ಬೈರಾಸಿನಿಂದ ಪಾದಗಳನ್ನು ಒರೆಸಿಕೊಂಡು ಬಟ್ಟೆ ಬದಲಾಯಿಸಿಕೊಳ್ಳಲು ಒಳಗೆ ಹೋದರು.

ಅಂದು ರಾತ್ರಿ ಶ್ರೀನಿವಾಸ ಶೆಣೈಗೆ ಸಂಜೆ ಪಾರ್ಕಿನಲ್ಲಿ ನಾಣ್ಣನೊಂದಿಗೆ ಮಾಡಿದ ಚರ್ಚೆಯ ವಿಷಯಗಳೇ ತಲೆಯಲ್ಲಿ ಸುತ್ತುತ್ತಿದ್ದುವು. ಧ್ಯಾನದ ಬಗ್ಗೆ ಅವರಿಗೆ ಹೆಚ್ಚಿನ ಒಲವು ಬಂತು. ಅವರು ತನ್ನಲ್ಲಿ ಮೂಡುವ ಯೋಚನೆಗಳನ್ನು ಇಂದು ಕೂಡ ತನ್ನ ಡೈರಿಯಲ್ಲಿ ಬರೆದುಕೊಂಡರು. ನಂತರ ಸ್ವಲ್ಪ ಹೊತ್ತಿನಲ್ಲಿ ಹಣ್ಣು ತಿಂದು ಬಿಸಿ ಹಾಲು ಕುಡಿದು ನ್ಯೂಸ್ ಪೇಪರ್ ಓದಲು ಕುಳಿತುಕೊಂಡರು. ಅದಾದ ಮೇಲೆ ಸ್ವಲ್ಪ ಟಿ.ವ್ಹಿ.ಯಲ್ಲಿ ಏನೋ ಒಂದು ಸೀರಿಯಲ್ ಬರುತ್ತಿತ್ತು ಅದನ್ನು ತನ್ನ ಪತ್ನಿಯೊಂದಿಗೆ ನೋಡಲು ಕೂತರು. ಆ ಸೀರಿಯಲ್ ಮುಗಿಯಬೇಕಾದರೆ ರಾತ್ರಿ ಹತ್ತೂವರೆ ಗಂಟೆ ಆಗಿತ್ತು. ಆ ಮೇಲೆ ಅವರು ಬಾತ್‌ರೂಂಗೆ ಹೋಗಿ ಬಂದು ಹಾಸಿಗೆಯ ಮೇಲೆ ಮಲಗಿಕೊಂಡರು. ಲಕ್ಷ್ಮಿಕೂಡ ಕಿಚನ್‌ನಲ್ಲಿ ಸ್ವಲ್ಪ ಉಳಿದ ಕೆಲಸಗಳನ್ನು ಮಾಡಿ ಬಾತ್‌ರೂಂಗೆ ಹೋಗಿ ಬಂದು ಅವರ ಬೆಡ್ ಮೇಲೆ ಬಂದು ಮಲಗಿದರು. ಲೈಟ್ ಸ್ವಿಚ್ ಆರಿಸಿದರು. ಕೆಲವೇ ನಿಮಿಷಗಳಲ್ಲಿ ಇಬ್ಬರಿಗೂ ಘಾಢ ನಿದ್ರೆ ಆವರಿಸಿತು.

ಶ್ರೀ ಶ್ರೀ ಶ್ರೀ

Mohan Shenoy January 2011

ಡಾಕ್ಟರ್ ಮೋಹನ್ ಶೆಣೈ ಮಂಗಳೂರಿನಲ್ಲಿ 15–5–1938ರಂದು ಜನಿಸಿದರು. ಅವರ ತಂದೆ ತಾಯಿಗಳು ಗೌಡಸಾರಸ್ವತ ಬ್ರಾಹಣ ಸಮಾಜಕ್ಕೆ ಸೇರಿದವರಾಗಿದ್ದರು. ಶೆಣೈಯವರ ಹೆಂಡತಿ ಲಲಿತಾ ಅವರು ಗುರುಪುರದಲ್ಲಿ ಜನಿಸಿದರು. ಶೆಣೈಯವರು ತನ್ನ M.B.B.S. ಶಿಕ್ಷಣವನ್ನು ಮುಂಬೈನ ಗ್ರೇಂಟ್ ಮೆಡಿಕಲ್ ಕಾಲೇಜಿನಲ್ಲಿ ಮುಗಿಸಿ ಅಮೇರಿಕಕ್ಕೆ ಹೋಗಿ ಅಲ್ಲಿ ಪೆಥೋಲೊಜಿ ಟ್ರೇಯ್ನಿಂಗ್ ಆದಮೇಲೆ ಬೋರ್ಡ ಪರೀಕ್ಷೆ ಕೊಟ್ಟು ಅದರಲ್ಲಿ ಪಾಸಾಗಿ ಭಾರತಕ್ಕೆ ಮರಳಿದರು. ಅವರು ಬೆಂಗಳೂರಿನಲ್ಲಿ ಒಂದು ಡಯಗ್ನೋಸ್ಟಿಕ್ ಲೆಬೋರೇಟರಿ ಸ್ಥಾಪಿಸಿ ಸುಮಾರು 30 ವರ್ಷ ಪ್ರ್ಯಾಕ್ಟಿಸ್ ಮಾಡಿದರು. ಈಗ ಅವರು ನಿವೃತ್ತರಾಗಿದ್ದಾರೆ. ಬೆಂಗಳೂರಿನಲ್ಲಿ ವಾಸವಾಗಿದ್ದಾರೆ. ಈಗ ತಮ್ಮ ಹವ್ಯಾಸಗಳಾದ ಫೋಟೋ ವಿಡಿಯೋ ಕೆಲಸ ಮತ್ತು ಪುಸ್ತಕಗಳನ್ನು ಬರೆಯುವುದು ಇತ್ಯಾದಿಗಳನ್ನು ಮಾಡಿ ತಮ್ಮ ಸಮಯವನ್ನು ಕಳೆಯುತ್ತಾರೆ. 'ಇನ್ನು ನನಗೆ ಬೇಡ' ಎಂಬುದು ಶೆಣೈಯವರ ಮೊದಲ ಕನ್ನಡ ಕಾದಂಬರಿ.

ಶ್ರೀಮತಿ ಲಲಿತಾ ಅವರು ಮಂಗಳೂರಿನ ಸೇಂಟ್ ಆಗ್ನೇಸ್ ಕಾಲೇಜಿನಲ್ಲಿ B.A. ಮುಗಿಸಿದ್ದಾರೆ. ಅವರು ಗೃಹಿಣಿಯಾಗಿ ಶೆಣೈಯವರ ಜೀವನಸಾಥಿಯಾಗಿಕೊಂಡು ಇದ್ದಾರೆ. ಈ ದಂಪತಿಗಳಿಗೆ ಇಬ್ಬರು ಮಕ್ಕಳು. ಒಂದು ಹೆಣ್ಣು ಮತ್ತು ಒಂದು ಗಂಡು. ಇಬ್ಬರಿಗೂ ಮದುವೆ ಆಗಿ ಮಕ್ಕಳಾಗಿವೆ. ಇಬ್ಬರೂ ಅಮೇರಿಕದಲ್ಲಿ ನೆಲೆಸಿದ್ದಾರೆ. ಇಬ್ಬರೂ ಎಂಜಿನಿಯರ್ ಪದವಿಗಳನ್ನು ಹೊಂದಿದ್ದಾರೆ. ಇಬ್ಬರೂ ಭಾರತದಲ್ಲಿಯೇ ಶಿಕ್ಷಣ ಪಡೆದು, ಬೆಳೆದು, ನಂತರ ಅಮೇರಿಕಕ್ಕೆ ಹೋಗಿ ನೆಲೆಸಿದರು.

ಶುಭಂ

Made in the USA
Monee, IL
20 August 2025

23886029R10046